# TRANZLATY

## La lingua è per tutti

Ngôn ngữ dành cho tất cả mọi người

# Il richiamo della foresta

# Tiếng gọi nơi hoang dã

Jack London

Italiano / Tiếng Việt

Copyright © 2025 Tranzlaty
All rights reserved
Published by Tranzlaty
ISBN: 978-1-80572-911-2
Original text by Jack London
The Call of the Wild
First published in 1903
**www.tranzlaty.com**

## Nel primitivo
## Vào thời nguyên thủy

**Buck non leggeva i giornali.**
Buck không đọc báo.
**Se avesse letto i giornali avrebbe saputo che i guai si stavano avvicinando.**
Nếu ông đọc báo thì ông sẽ biết rằng rắc rối sắp xảy ra.
**Non erano guai solo per lui, ma per tutti i cani da caccia.**
Không chỉ riêng anh ta mà tất cả những chú chó ở vùng nước triều đều gặp rắc rối.
**Ogni cane con muscoli forti e pelo lungo e caldo sarebbe stato nei guai.**
Bất kỳ chú chó nào có cơ bắp khỏe mạnh và lông dài, ấm áp đều có thể gặp rắc rối.
**Da Puget Bay a San Diego nessun cane poteva sfuggire a ciò che stava per accadere.**
Từ Vịnh Puget đến San Diego, không một chú chó nào có thể thoát khỏi những điều sắp xảy ra.
**Gli uomini, brancolando nell'oscurità artica, avevano trovato un metallo giallo.**
Những người đàn ông mò mẫm trong bóng tối Bắc Cực đã tìm thấy một loại kim loại màu vàng.
**Le compagnie di navigazione a vapore e di trasporto erano alla ricerca della scoperta.**
Các công ty tàu thủy và vận tải đang theo đuổi khám phá này.
**Migliaia di uomini si riversarono nel Nord.**
Hàng ngàn người đang đổ xô vào vùng đất phía Bắc.
**Questi uomini volevano dei cani, e i cani che volevano erano cani pesanti.**
Những người đàn ông này muốn nuôi chó, và những con chó họ muốn đều là những con chó to lớn.
**Cani dotati di muscoli forti per lavorare duro.**
Những chú chó có cơ bắp khỏe mạnh để làm việc nặng nhọc.
**Cani con il pelo folto che li protegge dal gelo.**
Những chú chó có bộ lông dày để bảo vệ chúng khỏi sương giá.

**Buck viveva in una grande casa nella soleggiata Santa Clara Valley.**
Buck sống trong một ngôi nhà lớn ở Thung lũng Santa Clara đầy nắng.
**La casa del giudice Miller era chiamata così.**
Nơi được gọi là nhà của thẩm phán Miller.
**La sua casa era nascosta tra gli alberi, lontana dalla strada.**
Ngôi nhà của ông nằm tách biệt với đường cái, một nửa ẩn hiện giữa những hàng cây.
**Si poteva intravedere l'ampia veranda che circondava la casa.**
Người ta có thể thoáng thấy hiên nhà rộng chạy quanh ngôi nhà.
**Si accedeva alla casa tramite vialetti ghiaiosi.**
Ngôi nhà được dẫn vào bằng lối đi rải sỏi.
**I sentieri si snodavano attraverso ampi prati.**
Những con đường quanh co xuyên qua những bãi cỏ rộng lớn.
**In alto si intrecciavano i rami degli alti pioppi.**
Phía trên đầu là những cành cây dương cao đan xen vào nhau.
**Nella parte posteriore della casa le cose erano ancora più spaziose.**
Phía sau nhà, mọi thứ thậm chí còn rộng rãi hơn.
**C'erano grandi scuderie, dove una dozzina di stallieri chiacchieravano**
Có những chuồng ngựa lớn, nơi có hàng chục người giữ ngựa đang trò chuyện
**C'erano file di cottage per i servi ricoperti di vite**
Có những dãy nhà của người hầu phủ đầy dây leo
**E c'era una serie infinita e ordinata di latrine**
Và có một dãy nhà vệ sinh ngoài trời vô tận và ngăn nắp
**Lunghi pergolati d'uva, pascoli verdi, frutteti e campi di bacche.**
Những giàn nho dài, đồng cỏ xanh, vườn cây ăn quả và những luống quả mọng.
**Poi c'era l'impianto di pompaggio per il pozzo artesiano.**
Sau đó là nhà máy bơm nước cho giếng phun.
**E c'era la grande cisterna di cemento piena d'acqua.**

Và có một bể xi măng lớn chứa đầy nước.
**Qui i ragazzi del giudice Miller hanno fatto il loro tuffo mattutino.**
Tại đây, các chàng trai của thẩm phán Miller đã thực hiện cú nhảy buổi sáng.
**E lì si rinfrescavano anche nel caldo pomeriggio.**
Và họ cũng cảm thấy mát mẻ hơn vào buổi chiều nóng nực.
**E su questo grande dominio, Buck era colui che lo governava tutto.**
Và trên vùng đất rộng lớn này, Buck là người cai trị tất cả.
**Buck nacque su questa terra e visse qui tutti i suoi quattro anni.**
Buck sinh ra trên mảnh đất này và sống ở đây suốt bốn năm.
**C'erano effettivamente altri cani, ma non avevano molta importanza.**
Thực ra còn có những con chó khác nữa, nhưng chúng không thực sự quan trọng.
**In un posto vasto come questo ci si aspettava la presenza di altri cani.**
Người ta mong đợi những con chó khác sẽ có mặt ở một nơi rộng lớn như thế này.
**Questi cani andavano e venivano oppure vivevano nei canili affollati.**
Những chú chó này đến rồi đi, hoặc sống bên trong những cũi chó đông đúc.
**Alcuni cani vivevano nascosti in casa, come Toots e Ysabel.**
Một số con chó sống ẩn núp trong nhà, giống như Toots và Ysabel.
**Toots era un carlino giapponese, Ysabel una cagnolina messicana senza pelo.**
Toots là một chú chó pug Nhật Bản, Ysabel là một chú chó không lông của Mexico.
**Queste strane creature raramente uscivano di casa.**
Những sinh vật kỳ lạ này hiếm khi bước ra khỏi nhà.
**Non toccarono terra né annusarono l'aria esterna.**
Chúng không chạm đất, cũng không hít thở không khí bên ngoài.

**C'erano anche i fox terrier, almeno una ventina.**
Ngoài ra còn có loài chó sục cáo, ít nhất là hai mươi con.
**Questi terrier abbaiavano ferocemente a Toots e Ysabel in casa.**
Những con chó sục này sủa dữ dội vào Toots và Ysabel trong nhà.
**Toots e Ysabel rimasero dietro le finestre, al sicuro da ogni pericolo.**
Toots và Ysabel ở sau cửa sổ, tránh xa nguy hiểm.
**Erano sorvegliati da domestiche armate di scope e stracci.**
Họ được người hầu gái mang theo chổi và cây lau nhà bảo vệ.
**Ma Buck non era un cane da casa e nemmeno da canile.**
Nhưng Buck không phải là chó nhà, và cũng không phải là chó nhốt trong cũi.
**L'intera proprietà apparteneva a Buck come suo legittimo regno.**
Toàn bộ tài sản thuộc về Buck như lãnh thổ hợp pháp của anh.
**Buck nuotava nella vasca o andava a caccia con i figli del giudice.**
Buck bơi trong bể hoặc đi săn với các con trai của Thẩm phán.
**Camminava con Mollie e Alice nelle prime ore del mattino o tardi.**
Anh ấy đi bộ với Mollie và Alice vào lúc sáng sớm hoặc tối muộn.
**Nelle notti fredde si sdraiava davanti al fuoco della biblioteca insieme al giudice.**
Vào những đêm lạnh giá, ông nằm trước lò sưởi thư viện cùng với Thẩm phán.
**Buck accompagnava i nipoti del giudice sulla sua robusta schiena.**
Buck chở các cháu trai của thẩm phán trên tấm lưng khỏe mạnh của mình.
**Si rotolava nell'erba insieme ai ragazzi, sorvegliandoli da vicino.**
Anh ta lăn trên bãi cỏ cùng bọn trẻ, canh chừng chúng cẩn thận.

**Si avventurarono fino alla fontana e addirittura oltre i campi di bacche.**
Họ mạo hiểm đi đến đài phun nước và thậm chí đi qua những cánh đồng quả mọng.
**Tra i fox terrier, Buck camminava sempre con orgoglio regale.**
Trong số những con chó sục cáo, Buck luôn bước đi với vẻ kiêu hãnh như vua chúa.
**Ignorò Toots e Ysabel, trattandoli come se fossero aria.**
Anh ta phớt lờ Toots và Ysabel, coi họ như không khí.
**Buck governava tutte le creature viventi sulla terra del giudice Miller.**
Buck cai trị mọi sinh vật sống trên đất của Thẩm phán Miller.
**Dominava gli animali, gli insetti, gli uccelli e perfino gli esseri umani.**
Ông cai trị các loài động vật, côn trùng, chim chóc và thậm chí cả con người.
**Il padre di Buck, Elmo, era un enorme e fedele San Bernardo.**
Cha của Buck, Elmo, là một chú chó St. Bernard to lớn và trung thành.
**Elmo non si allontanò mai dal Giudice e lo servì fedelmente.**
Elmo không bao giờ rời xa Thẩm phán và phục vụ ngài một cách trung thành.
**Buck sembrava pronto a seguire il nobile esempio del padre.**
Buck dường như đã sẵn sàng noi theo tấm gương cao quý của cha mình.
**Buck non era altrettanto grande: pesava sessanta chili.**
Buck không lớn lắm, chỉ nặng một trăm bốn mươi pound.
**Sua madre, Shep, era una splendida cagnolina da pastore scozzese.**
Mẹ của chú, Shep, là một chú chó chăn cừu Scotland tuyệt vời.
**Ma nonostante il suo peso, Buck camminava con una presenza regale.**
Nhưng ngay cả với cân nặng đó, Buck vẫn bước đi với vẻ uy nghi.

**Ciò derivava dal buon cibo e dal rispetto che riceveva sempre.**
Điều này xuất phát từ đồ ăn ngon và sự tôn trọng mà ông luôn nhận được.
**Per quattro anni Buck aveva vissuto come un nobile viziato.**
Trong bốn năm, Buck đã sống như một nhà quý tộc hư hỏng.
**Era orgoglioso di sé stesso e perfino un po' egocentrico.**
Anh ấy tự hào về bản thân mình, thậm chí còn hơi tự phụ.
**Quel tipo di orgoglio era comune tra i signori delle campagne remote.**
Lòng kiêu hãnh đó thường thấy ở những lãnh chúa vùng xa xôi.
**Ma Buck si salvò dal diventare un cane domestico viziato.**
Nhưng Buck đã tự cứu mình khỏi việc trở thành một chú chó được cưng chiều.
**Rimase snello e forte grazie alla caccia e all'esercizio fisico.**
Ông vẫn giữ được vóc dáng thon thả và khỏe mạnh nhờ đi săn và tập thể dục.
**Amava profondamente l'acqua, come chi si bagna nei laghi freddi.**
Ông rất yêu nước, giống như những người tắm ở hồ nước lạnh.
**Questo amore per l'acqua mantenne Buck forte e molto sano.**
Tình yêu dành cho nước đã giúp Buck mạnh mẽ và khỏe mạnh.
**Questo era il cane che Buck era diventato nell'autunno del 1897.**
Đây chính là chú chó Buck đã trở thành vào mùa thu năm 1897.
**Quando lo sciopero del Klondike spinse gli uomini verso il gelido Nord.**
Khi cuộc tấn công Klondike kéo con người tới miền Bắc băng giá.
**Da ogni parte del mondo la gente accorse in massa verso la fredda terra.**
Mọi người từ khắp nơi trên thế giới đổ xô đến vùng đất lạnh giá này.

**Buck, tuttavia, non leggeva i giornali e non capiva le notizie.**
Tuy nhiên, Buck không đọc báo và cũng không hiểu tin tức.
**Non sapeva che Manuel fosse una persona cattiva con cui stare.**
Anh ta không biết Manuel là người xấu.
**Manuel, che aiutava in giardino, aveva un grosso problema.**
Manuel, người giúp việc làm vườn, đã gặp phải một vấn đề nghiêm trọng.
**Manuel era dipendente dal gioco d'azzardo alla lotteria cinese.**
Manuel nghiện cờ bạc xổ số Trung Quốc.
**Credeva fermamente anche in un sistema fisso per vincere.**
Ông cũng tin tưởng mạnh mẽ vào một hệ thống cố định để giành chiến thắng.
**Questa convinzione rese il suo fallimento certo e inevitabile.**
Niềm tin đó khiến cho sự thất bại của ông trở nên chắc chắn và không thể tránh khỏi.
**Per giocare con un sistema erano necessari soldi, soldi che a Manuel mancavano.**
Chơi theo hệ thống đòi hỏi phải có tiền, thứ mà Manuel không có.
**Il suo stipendio bastava a malapena a sostenere la moglie e i numerosi figli.**
Tiền lương của ông chỉ đủ nuôi vợ và nhiều con.
**La notte in cui Manuel tradì Buck, tutto era normale.**
Vào đêm Manuel phản bội Buck, mọi thứ vẫn bình thường.
**Il giudice si trovava a una riunione dell'Associazione dei coltivatori di uva passa.**
Thẩm phán đã tham dự cuộc họp của Hiệp hội trồng nho khô.
**A quel tempo i figli del giudice erano impegnati a fondare un club sportivo.**
Vào thời điểm đó, các con trai của thẩm phán đang bận rộn thành lập một câu lạc bộ thể thao.
**Nessuno vide Manuel e Buck uscire dal frutteto.**
Không ai nhìn thấy Manuel và Buck rời đi qua vườn cây ăn quả.

**Buck pensava che questa fosse solo una semplice passeggiata notturna.**
Buck nghĩ rằng chuyến đi bộ này chỉ là một cuộc đi dạo ban đêm đơn giản.
**Incontrarono un solo uomo alla stazione della bandiera, a College Park.**
Họ chỉ gặp một người đàn ông ở trạm dừng chân tại College Park.
**Quell'uomo parlò con Manuel e si scambiarono i soldi.**
Người đàn ông đó nói chuyện với Manuel và họ trao đổi tiền.
**"Imballa la merce prima di consegnarla", suggerì.**
"Hãy gói hàng lại trước khi giao chúng", ông gợi ý.
**La voce dell'uomo era roca e impaziente mentre parlava.**
Giọng nói của người đàn ông khàn khàn và thiếu kiên nhẫn.
**Manuel legò con cura una corda spessa attorno al collo di Buck.**
Manuel cẩn thận buộc một sợi dây thừng dày quanh cổ Buck.
**"Se giri la corda, lo strangolerai di brutto"**
"Vặn dây thừng, và bạn sẽ làm anh ta nghẹt thở"
**Lo straniero emise un grugnito, dimostrando di aver capito bene.**
Người lạ kia khẽ gầm gừ, tỏ ý rằng anh ta hiểu rõ.
**Quel giorno Buck accettò la corda con calma e silenziosa dignità.**
Ngày hôm đó, Buck đã chấp nhận sợi dây thừng với thái độ bình tĩnh và nghiêm trang.
**Era un atto insolito, ma Buck si fidava degli uomini che conosceva.**
Đó là một hành động bất thường, nhưng Buck tin tưởng những người đàn ông mà anh quen biết.
**Credeva che la loro saggezza andasse ben oltre il suo pensiero.**
Ông tin rằng trí tuệ của họ vượt xa suy nghĩ của ông.
**Ma poi la corda venne consegnata nelle mani dello straniero.**
Nhưng sau đó sợi dây đã được trao vào tay người lạ.
**Buck emise un ringhio basso che suonava come un avvertimento e una minaccia silenziosa.**

Buck gầm gừ một tiếng nhỏ mang theo sự đe dọa thầm lặng.
**Era orgoglioso e autoritario e intendeva mostrare il suo disappunto.**
Ông ta kiêu hãnh và thích chỉ huy, và muốn thể hiện sự không hài lòng của mình.
**Buck credeva che il suo avvertimento sarebbe stato interpretato come un ordine.**
Buck tin rằng lời cảnh báo của mình sẽ được hiểu như một mệnh lệnh.
**Con suo grande stupore, la corda si strinse rapidamente attorno al suo grosso collo.**
Khiến anh ta kinh ngạc là sợi dây thừng siết chặt quanh cái cổ dày của anh ta.
**Gli mancò l'aria e cominciò a lottare in preda a una rabbia improvvisa.**
Không khí trong phòng bị ngắt quãng và anh ta bắt đầu chiến đấu trong cơn thịnh nộ đột ngột.
**Si lanciò verso l'uomo, che si lanciò rapidamente contro Buck a mezz'aria.**
Anh ta lao vào người đàn ông đó, người nhanh chóng lao vào Buck giữa không trung.
**L'uomo afferrò Buck per la gola e lo fece ruotare abilmente in aria.**
Người đàn ông túm lấy cổ họng Buck và khéo léo vặn anh ta trong không trung.
**Buck venne scaraventato a terra con violenza, atterrando sulla schiena.**
Buck bị ném mạnh xuống đất và ngã ngửa ra sau.
**La corda ora lo strangolava crudelmente mentre lui scalciava selvaggiamente.**
Sợi dây thừng siết cổ anh ta một cách tàn nhẫn trong khi anh ta đá loạn xạ.
**La sua lingua cadde fuori, il suo petto si sollevò, ma non riprese fiato.**
Lưỡi anh thè ra, ngực phập phồng nhưng không thở được.
**Non era mai stato trattato con tanta violenza in vita sua.**
Anh chưa bao giờ bị đối xử bạo lực như vậy trong đời.

**Non era mai stato così profondamente invaso da una rabbia così profonda.**
Anh cũng chưa bao giờ tràn ngập cơn thịnh nộ sâu sắc như vậy.
**Ma il potere di Buck svanì e i suoi occhi diventarono vitrei.**
Nhưng sức mạnh của Buck đã suy yếu và mắt anh trở nên đờ đẫn.
**Svenne proprio mentre un treno veniva fermato lì vicino.**
Anh ấy ngất đi ngay khi một đoàn tàu dừng lại gần đó.
**Poi i due uomini lo caricarono velocemente nel vagone bagagli.**
Sau đó, hai người đàn ông nhanh chóng ném anh ta vào toa hành lý.
**La cosa successiva che Buck sentì fu dolore alla lingua gonfia.**
Điều tiếp theo Buck cảm thấy là cơn đau ở lưỡi sưng tấy.
**Si muoveva su un carro traballante, solo vagamente cosciente.**
Ông ta đang di chuyển trên chiếc xe đẩy rung lắc, chỉ còn mơ hồ tỉnh táo.
**Il fischio acuto di un treno rivelò a Buck la sua posizione.**
Tiếng còi tàu rít lên chói tai cho Buck biết vị trí của mình.
**Aveva spesso cavalcato con il Giudice e conosceva quella sensazione.**
Ông đã nhiều lần cưỡi ngựa cùng Thẩm phán và hiểu được cảm giác đó.
**Fu un'esperienza unica viaggiare di nuovo in un vagone bagagli.**
Đó là cảm giác choáng ngợp đặc biệt khi lại được đi trên toa hành lý.
**Buck aprì gli occhi e il suo sguardo ardeva di rabbia.**
Buck mở mắt, ánh mắt bừng cháy vì giận dữ.
**Questa era l'ira di un re orgoglioso detronizzato.**
Đây là cơn thịnh nộ của một vị vua kiêu hãnh khi bị tước mất ngai vàng.
**Un uomo allungò la mano per afferrarlo, ma Buck colpì per primo.**

Một người đàn ông tiến đến định tóm lấy anh ta, nhưng Buck lại là người ra tay trước.

**Affondò i denti nella mano dell'uomo e la strinse forte.**

Anh cắn chặt răng vào tay người đàn ông đó.

**Non mi lasciò andare finché non svenne per la seconda volta.**

Anh ấy không buông tay cho đến khi ngất đi lần thứ hai.

**"Sì, ha degli attacchi", borbottò l'uomo al facchino.**

"Vâng, lên cơn rồi," người đàn ông lầm bầm với người khuân vác hành lý.

**Il facchino aveva sentito la colluttazione e si era avvicinato.**

Người khuân vác hành lý đã nghe thấy tiếng vật lộn và đến gần.

**"Lo porto a Frisco per conto del capo", spiegò l'uomo.**

"Tôi sẽ đưa anh ấy đến Frisco cho ông chủ," người đàn ông giải thích.

**"C'è un bravo dottore per cani che dice di poterli curare."**

"Có một bác sĩ thú y giỏi ở đó nói rằng ông ấy có thể chữa khỏi bệnh cho chúng."

**Più tardi quella notte l'uomo raccontò la sua versione completa.**

Đêm hôm đó, người đàn ông đã kể lại toàn bộ sự việc.

**Parlava da un capannone dietro un saloon sul molo.**

Ông nói từ một nhà kho phía sau một quán rượu trên bến tàu.

**"Mi hanno dato solo cinquanta dollari", si lamentò con il gestore del saloon.**

"Tôi chỉ được trả năm mươi đô la thôi," anh ta phàn nàn với người chủ quán rượu.

**"Non lo rifarei, nemmeno per mille dollari in contanti."**

"Tôi sẽ không làm điều đó một lần nữa, ngay cả khi có được một ngàn đô la tiền mặt."

**La sua mano destra era strettamente avvolta in un panno insanguinato.**

Bàn tay phải của anh ta được quấn chặt bằng một miếng vải đẫm máu.

**La gamba dei suoi pantaloni era completamente strappata dal ginocchio al piede.**

Ống quần của anh ta bị rách toạc từ đầu gối đến bàn chân.
**"Quanto è stato pagato l'altro tizio?" chiese il gestore del saloon.**
"Người kia được trả bao nhiêu?" Người chủ quán rượu hỏi.
**«Cento», rispose l'uomo, «non ne accetterebbe uno in meno».**
"Một trăm," người đàn ông đáp, "ông ấy sẽ không lấy ít hơn một xu."
**"Questo fa centocinquanta", disse il gestore del saloon.**
"Tổng cộng là một trăm năm mươi", người bán hàng nói.
**"E lui li merita tutti, altrimenti non sono meglio di uno stupido."**
"Và anh ấy xứng đáng với tất cả, nếu không thì tôi chẳng hơn gì một thằng ngốc."
**L'uomo aprì gli involucri per esaminarsi la mano.**
Người đàn ông mở lớp vải quấn để kiểm tra bàn tay của mình.
**La mano era gravemente graffiata e ricoperta di croste di sangue secco.**
Bàn tay bị rách rất nặng và dính đầy máu khô.
**"Se non mi viene l'idrofobia..." cominciò a dire.**
"Nếu tôi không mắc chứng sợ nước…" anh bắt đầu nói.
**"Sarà perché sei nato per impiccarti", giunse una risata.**
"Đó là vì anh sinh ra là để treo cổ mà", một tiếng cười vang lên.
**"Aiutami prima di partire", gli chiesero.**
"Hãy đến giúp tôi trước khi anh đi", anh ta được yêu cầu.
**Buck era stordito dal dolore alla lingua e alla gola.**
Buck đang choáng váng vì cơn đau ở lưỡi và cổ họng.
**Era mezzo strangolato e riusciva a malapena a stare in piedi.**
Anh ta bị siết cổ đến mức gần như không thể đứng thẳng được.
**Ciononostante, Buck cercò di affrontare gli uomini che lo avevano ferito così duramente.**
Tuy nhiên, Buck vẫn cố gắng đối mặt với những kẻ đã làm anh tổn thương.
**Ma lo gettarono a terra e lo strangolarono ancora una volta.**
Nhưng họ lại vật anh xuống và bóp cổ anh thêm lần nữa.
**Solo allora riuscirono a segargli il pesante collare di ottone.**

Chỉ khi đó họ mới có thể cắt được chiếc vòng cổ bằng đồng nặng nề của anh ta.

**Tolsero la corda e lo spinsero in una cassa.**
Họ tháo sợi dây thừng và nhét anh ta vào thùng.

**La cassa era piccola e aveva la forma di una gabbia di ferro grezza.**
Chiếc thùng nhỏ và có hình dạng giống như một chiếc lồng sắt thô.

**Buck rimase lì per tutta la notte, pieno di rabbia e di orgoglio ferito.**
Buck nằm đó suốt đêm, tràn ngập cơn thịnh nộ và lòng tự trọng bị tổn thương.

**Non riusciva nemmeno a capire cosa gli stesse succedendo.**
Anh không thể hiểu nổi chuyện gì đang xảy ra với mình.

**Perché quegli strani uomini lo tenevano in quella piccola cassa?**
Tại sao những người đàn ông lạ mặt này lại nhốt anh ta trong cái thùng nhỏ này?

**Cosa volevano da lui e perché questa crudele prigionia?**
Họ muốn gì ở ông và tại sao lại bắt ông làm tù binh tàn ác như thế này?

**Sentì una pressione oscura e la sensazione che il disastro si avvicinasse.**
Anh cảm thấy một áp lực đen tối; một cảm giác thảm họa đang đến gần.

**Era una paura vaga, ma si impadronì pesantemente del suo spirito.**
Đó là một nỗi sợ mơ hồ, nhưng nó lại ảnh hưởng nặng nề đến tinh thần anh.

**Diverse volte sobbalzò quando la porta del capanno sbatteva.**
Có nhiều lần anh ta giật mình khi cánh cửa nhà kho rung chuyển.

**Si aspettava che il giudice o i ragazzi apparissero e lo salvassero.**
Anh ta mong đợi Thẩm phán hoặc các chàng trai sẽ xuất hiện và giải cứu anh ta.

**Ma ogni volta solo la faccia grassa del gestore del saloon faceva capolino all'interno.**
Nhưng mỗi lần chỉ có khuôn mặt béo của người chủ quán rượu ló ra bên trong.
**Il volto dell'uomo era illuminato dalla debole luce di una candela di sego.**
Khuôn mặt người đàn ông được chiếu sáng bởi ánh sáng mờ ảo của ngọn nến mỡ.
**Ogni volta, il latrato gioioso di Buck si trasformava in un ringhio basso e arrabbiato.**
Mỗi lần như vậy, tiếng sủa vui mừng của Buck lại chuyển thành tiếng gầm gừ giận dữ.

**Il gestore del saloon lo ha lasciato solo per la notte nella cassa**
Người chủ quán rượu để anh ta một mình trong thùng qua đêm
**Ma quando si svegliò la mattina seguente, altri uomini stavano arrivando.**
Nhưng khi anh thức dậy vào buổi sáng, nhiều người đàn ông khác đang đến.
**Arrivarono quattro uomini e, con cautela, sollevarono la cassa senza dire una parola.**
Bốn người đàn ông đến và nhẹ nhàng nhấc chiếc thùng lên mà không nói một lời.
**Buck capì subito in quale situazione si trovava.**
Buck ngay lập tức nhận ra tình huống mình đang gặp phải.
**Erano ulteriori tormentatori che doveva combattere e temere.**
Họ là những kẻ hành hạ mà anh phải chiến đấu và sợ hãi.
**Questi uomini apparivano malvagi, trasandati e molto mal curati.**
Những người đàn ông này trông rất độc ác, rách rưới và ăn mặc rất tệ.
**Buck ringhiò e si lanciò contro di loro con furia attraverso le sbarre.**
Buck gầm gừ và lao vào họ một cách dữ dội qua song sắt.

**Si limitarono a ridere e a colpirlo con lunghi bastoni di legno.**
Họ chỉ cười và đâm anh ta bằng những thanh gỗ dài.
**Buck morse i bastoncini, poi capì che era quello che gli piaceva.**
Buck cắn vào những chiếc que, rồi nhận ra đó chính là thứ chúng thích.
**Così si sdraiò in silenzio, imbronciato e acceso da una rabbia silenziosa.**
Vì vậy, anh ta nằm xuống một cách lặng lẽ, buồn bã và bùng cháy vì cơn thịnh nộ âm thầm.
**Caricarono la cassa su un carro e se ne andarono con lui.**
Họ nhấc chiếc thùng lên xe ngựa và lái đi cùng anh ta.
**La cassa, con Buck chiuso dentro, cambiò spesso proprietario.**
Chiếc thùng, nhốt Buck bên trong, thường xuyên đổi chủ.
**Gli impiegati dell'ufficio espresso presero in mano la situazione e si occuparono di lui per un breve periodo.**
Nhân viên văn phòng nhanh chóng tiếp quản và xử lý anh ta trong thời gian ngắn.
**Poi un altro carro trasportò Buck attraverso la rumorosa città.**
Sau đó, một chiếc xe ngựa khác chở Buck băng qua thị trấn ồn ào.
**Un camion lo portò con sé scatole e pacchi su un traghetto.**
Một chiếc xe tải chở anh ta cùng các hộp và bưu kiện lên phà.
**Dopo l'attraversamento, il camion lo scaricò presso un deposito ferroviario.**
Sau khi vượt qua, chiếc xe tải đã thả anh ta xuống tại một nhà ga xe lửa.
**Alla fine Buck venne fatto salire a bordo di un vagone espresso in attesa.**
Cuối cùng, Buck được đưa vào bên trong một toa tàu tốc hành đang chờ sẵn.
**Per due giorni e due notti i treni trascinarono via il vagone espresso.**
Trong hai ngày hai đêm, tàu hỏa đã kéo toa tàu tốc hành đi.
**Buck non mangiò né bevve durante tutto il doloroso viaggio.**

Buck không ăn cũng không uống trong suốt chuyến đi đau đớn.

**Quando i messaggeri cercarono di avvicinarlo, lui ringhiò.**
Khi những người đưa tin nhanh cố gắng tiếp cận anh ta, anh ta gầm gừ.

**Risposero prendendolo in giro e prendendolo in giro crudelmente.**
Họ đáp lại bằng cách chế nhạo và trêu chọc anh một cách tàn nhẫn.

**Buck si gettò contro le sbarre, schiumando e tremando**
Buck lao vào song sắt, sùi bọt mép và run rẩy

**risero sonoramente e lo presero in giro come i bulli della scuola.**
Họ cười lớn và chế giễu anh như những kẻ bắt nạt ở trường.

**Abbaiavano come cani finti e agitavano le braccia.**
Chúng sủa như chó giả và vỗ tay.

**Arrivarono persino a cantare come galli, solo per farlo arrabbiare ancora di più.**
Họ thậm chí còn gáy như gà trống chỉ để làm anh ta tức giận hơn.

**Era un comportamento sciocco e Buck sapeva che era ridicolo.**
Đó là hành vi ngu ngốc, và Buck biết điều đó thật nực cười.

**Ma questo non fece altro che accrescere il suo senso di indignazione e vergogna.**
Nhưng điều đó chỉ làm sâu sắc thêm cảm giác phẫn nộ và xấu hổ của anh.

**Durante il viaggio la fame non lo disturbò molto.**
Trong suốt chuyến đi, anh ấy không hề bị đói.

**Ma la sete portava con sé dolori acuti e sofferenze insopportabili.**
Nhưng cơn khát mang lại nỗi đau nhói và sự đau khổ không thể chịu đựng được.

**La sua gola secca e infiammata e la lingua bruciavano per il calore.**
Cổ họng khô rát, sưng tấy và lưỡi nóng rát.

**Questo dolore alimentava la febbre che cresceva nel suo corpo orgoglioso.**
Nỗi đau này làm tăng thêm cơn sốt đang dâng cao trong cơ thể kiêu hãnh của anh.
**Durante questa prova Buck fu grato per una sola cosa.**
Buck chỉ biết ơn một điều duy nhất trong suốt phiên tòa này.
**Gli avevano tolto la corda dal grosso collo.**
Sợi dây thừng đã được tháo ra khỏi chiếc cổ dày của hắn.
**La corda aveva dato a quegli uomini un vantaggio ingiusto e crudele.**
Sợi dây thừng đã mang lại cho những người đàn ông đó một lợi thế không công bằng và tàn nhẫn.
**Ora la corda non c'era più e Buck giurò che non sarebbe mai più tornata.**
Bây giờ sợi dây đã biến mất, và Buck thề rằng nó sẽ không bao giờ trở lại.
**Decise che nessuna corda gli sarebbe mai più passata intorno al collo.**
Anh quyết tâm sẽ không để sợi dây thừng nào quấn quanh cổ mình nữa.
**Per due lunghi giorni e due lunghe notti soffrì senza cibo.**
Trong suốt hai ngày hai đêm dài, ông đã phải chịu đựng sự đau khổ vì không có thức ăn.
**E in quelle ore, accumulò dentro di sé una rabbia enorme.**
Và trong những giờ phút đó, anh đã vô cùng tức giận.
**I suoi occhi diventarono iniettati di sangue e selvaggi per la rabbia costante.**
Đôi mắt anh ta đỏ ngầu và hoang dại vì tức giận liên tục.
**Non era più Buck, ma un demone con le fauci che schioccavano.**
Anh ta không còn là Buck nữa mà là một con quỷ với hàm răng sắc nhọn.
**Nemmeno il Giudice avrebbe potuto riconoscere questa folle creatura.**
Ngay cả Thẩm phán cũng không biết đến sinh vật điên rồ này.
**I messaggeri espressi tirarono un sospiro di sollievo quando giunsero a Seattle**

Những người đưa tin nhanh thở phào nhẹ nhõm khi họ đến Seattle

**Quattro uomini sollevarono la cassa e la portarono in un cortile sul retro.**

Bốn người đàn ông nhấc chiếc thùng lên và mang ra sân sau.

**Il cortile era piccolo, circondato da mura alte e solide.**

Sân nhỏ, được bao quanh bởi những bức tường cao và kiên cố.

**Un uomo corpulento uscì dalla stanza con una scollatura larga e una camicia rossa.**

Một người đàn ông to lớn bước ra với chiếc áo len đỏ rộng thùng thình.

**Firmò il registro delle consegne con una calligrafia spessa e decisa.**

Anh ta ký vào sổ giao hàng bằng nét chữ dày và đậm.

**Buck intuì subito che quell'uomo era il suo prossimo aguzzino.**

Buck ngay lập tức cảm thấy người đàn ông này chính là kẻ sẽ hành hạ mình tiếp theo.

**Si lanciò violentemente contro le sbarre, con gli occhi rossi di rabbia.**

Anh ta lao mạnh về phía song sắt, đôi mắt đỏ ngầu vì giận dữ.

**L'uomo si limitò a sorridere amaramente e andò a prendere un'ascia.**

Người đàn ông chỉ cười buồn rồi đi lấy rìu.

**Teneva anche una mazza nella sua grossa e forte mano destra.**

Ông ta cũng cầm một cây gậy bằng bàn tay phải to và khỏe của mình.

**"Lo porterai fuori adesso?" chiese l'autista preoccupato.**

"Anh định đưa anh ấy ra ngoài ngay bây giờ à?" Người lái xe hỏi với vẻ lo lắng.

**"Certo", disse l'uomo, infilando l'ascia nella cassa come se fosse una leva.**

"Được thôi," người đàn ông nói, nhét chiếc rìu vào thùng làm đòn bẩy.

**I quattro uomini si dileguarono all'istante, saltando sul muro del cortile.**

Bốn người đàn ông lập tức tản ra và nhảy lên tường sân.
**Dai loro punti sicuri in alto, aspettavano di ammirare lo spettacolo.**
Từ nơi an toàn phía trên, họ chờ đợi để xem cảnh tượng này.
**Buck si lanciò contro il legno scheggiato, mordendolo e scuotendolo violentemente.**
Buck lao vào khúc gỗ vỡ vụn, cắn và run rẩy dữ dội.
**Ogni volta che l'ascia colpiva la gabbia, Buck era lì pronto ad attaccarla.**
Mỗi lần rìu đập vào lồng, Buck lại ở đó để tấn công nó.
**Ringhiò e schioccò le dita in preda a una rabbia selvaggia, desideroso di essere liberato.**
Anh ta gầm gừ và quát tháo một cách giận dữ, mong muốn được giải thoát.
**L'uomo all'esterno era calmo e fermo, concentrato sul suo compito.**
Người đàn ông bên ngoài vẫn bình tĩnh và vững vàng, tập trung vào nhiệm vụ của mình.
**"Bene allora, diavolo dagli occhi rossi", disse quando il buco fu grande.**
"Được rồi, đồ quỷ mắt đỏ," anh ta nói khi cái lỗ đã lớn.
**Lasciò cadere l'ascia e prese la mazza nella mano destra.**
Anh ta thả chiếc rìu xuống và cầm cây gậy bằng tay phải.
**Buck sembrava davvero un diavolo: aveva gli occhi iniettati di sangue e fiammeggianti.**
Buck thực sự trông giống như một con quỷ; đôi mắt đỏ ngầu và rực lửa.
**Il suo pelo si rizzò, la schiuma gli salì alla bocca e gli occhi brillarono.**
Bộ lông của nó dựng đứng, bọt sủi lên ở miệng, mắt sáng lên.
**Lui tese i muscoli e si lanciò dritto verso il maglione rosso.**
Anh ta gồng cơ và lao thẳng tới chiếc áo len đỏ.
**Centoquaranta libbre di furia si riversarono sull'uomo calmo.**
Một trăm bốn mươi pound giận dữ bay về phía người đàn ông điềm tĩnh.

**Un attimo prima che le sue fauci si chiudessero, un colpo terribile lo colpì.**
Ngay trước khi hàm răng của anh ta khép chặt lại, một đòn khủng khiếp đã giáng xuống anh ta.
**I suoi denti si schioccarono insieme solo sull'aria**
Răng của anh ta đập vào nhau chỉ vì không khí
**una scossa di dolore gli risuonò nel corpo**
một cơn đau nhói lan tỏa khắp cơ thể anh
**Si capovolse a mezz'aria e cadde sulla schiena e su un fianco.**
Anh ta lộn nhào giữa không trung rồi ngã ngửa và ngã nghiêng.
**Non aveva mai sentito prima un colpo di mazza e non riusciva a sostenerlo.**
Trước đây anh chưa bao giờ cảm nhận được cú đánh của một cây gậy và cũng không thể nắm bắt được nó.
**Con un ringhio acuto, in parte abbaio, in parte urlo, saltò di nuovo.**
Với tiếng gầm gừ, nửa là sủa, nửa là la hét, nó lại nhảy lên.
**Un altro colpo violento lo colpì e lo scaraventò a terra.**
Một cú đánh tàn bạo khác đánh trúng anh ta và hất anh ta ngã xuống đất.
**Questa volta Buck capì: era la pesante clava dell'uomo.**
Lần này Buck đã hiểu - đó là cây dùi cui nặng nề của người đàn ông đó.
**Ma la rabbia lo accecò e non pensò minimamente di ritirarsi.**
Nhưng cơn thịnh nộ đã làm anh ta mù quáng, và anh ta không hề nghĩ đến việc rút lui.
**Dodici volte si lanciò e dodici volte cadde.**
Mười hai lần anh ấy lao mình xuống và mười hai lần anh ấy ngã.
**La mazza di legno lo colpiva ogni volta con una forza spietata e schiacciante.**
Mỗi lần như vậy, cây gậy gỗ lại đập anh ta một cách tàn nhẫn và mạnh mẽ.
**Dopo un colpo violento, si rialzò barcollando, stordito e lento.**

Sau một cú đánh dữ dội, anh ta loạng choạng đứng dậy, choáng váng và chậm chạp.

**Il sangue gli colava dalla bocca, dal naso e perfino dalle orecchie.**

Máu chảy ra từ miệng, mũi và thậm chí cả tai của anh ta.

**Il suo mantello, un tempo bellissimo, era imbrattato di schiuma insanguinata.**

Bộ lông vốn đẹp đẽ của nó giờ đây lấm lem bọt máu.

**Poi l'uomo si fece avanti e gli sferrò un violento colpo al naso.**

Sau đó, người đàn ông bước tới và đấm một cú rất mạnh vào mũi.

**L'agonia fu più acuta di qualsiasi cosa Buck avesse mai provato.**

Nỗi đau đớn này còn dữ dội hơn bất cứ điều gì Buck từng cảm thấy.

**Con un ruggito più da bestia che da cane, balzò di nuovo all'attacco.**

Với tiếng gầm giống tiếng dã thú hơn tiếng chó, nó lại lao tới tấn công.

**Ma l'uomo gli afferrò la mascella inferiore e la torse all'indietro.**

Nhưng người đàn ông đó nắm lấy hàm dưới của anh ta và vặn nó về phía sau.

**Buck si girò a testa in giù e cadde di nuovo violentemente al suolo.**

Buck lộn nhào và lại ngã mạnh xuống đất.

**Un'ultima volta, Buck si lanciò verso di lui, ormai a malapena in grado di reggersi in piedi.**

Lần cuối cùng, Buck lao vào anh, lúc này gần như không thể đứng vững được nữa.

**L'uomo colpì con sapiente tempismo, sferrando il colpo finale.**

Người đàn ông này ra đòn với thời điểm chuẩn xác và tung ra đòn kết liễu.

**Buck crollò a terra, privo di sensi e immobile.**

Buck ngã gục xuống, bất tỉnh và không cử động.

"Non è uno stupido ad addestrare i cani, ecco cosa dico io", urlò un uomo.

"Anh ta không phải là người chậm chạp trong việc huấn luyện chó, đó là những gì tôi muốn nói", một người đàn ông hét lên.

**"Druther può spezzare la volontà di un segugio in qualsiasi giorno della settimana."**

"Druther có thể bẻ gãy ý chí của một con chó săn bất kỳ ngày nào trong tuần."

**"E due volte di domenica!" aggiunse l'autista.**

"Và hai lần vào Chủ Nhật!" người lái xe nói thêm.

**Salì sul carro e tirò le redini per partire.**

Anh ta trèo lên xe ngựa và giật dây cương để rời đi.

**Buck riprese lentamente il controllo della sua coscienza**

Buck từ từ lấy lại được sự kiểm soát của ý thức

**ma il suo corpo era ancora troppo debole e rotto per muoversi.**

nhưng cơ thể anh vẫn còn quá yếu và không thể di chuyển.

**Rimase lì dove era caduto, osservando l'uomo con il maglione rosso.**

Anh nằm tại nơi mình đã ngã, nhìn người đàn ông mặc áo len đỏ.

**"Risponde al nome di Buck", disse l'uomo, leggendo ad alta voce.**

"Anh ta mang tên Buck," người đàn ông đọc to và nói.

**Citò la nota inviata con la cassa di Buck e i dettagli.**

Ông trích dẫn từ tờ ghi chú gửi kèm với thùng hàng của Buck và các thông tin chi tiết.

**"Bene, Buck, ragazzo mio", continuò l'uomo con tono amichevole,**

"Được rồi, Buck, con trai của ta," người đàn ông tiếp tục với giọng điệu thân thiện,

**"Abbiamo avuto il nostro piccolo litigio, e ora tra noi è finita."**

"Chúng ta đã có cuộc chiến nhỏ rồi, và bây giờ mọi chuyện đã kết thúc giữa chúng ta."

**"Tu hai imparato qual è il tuo posto, e io ho imparato qual è il mio", ha aggiunto.**

"Anh đã biết vị trí của mình, và tôi cũng đã biết vị trí của tôi", ông nói thêm.
**"Sii buono e tutto andrà bene e la vita sarà piacevole."**
"Hãy tốt, mọi việc sẽ ổn và cuộc sống sẽ dễ chịu."
**"Ma se sei cattivo, ti spaccherò a morte, capito?"**
"Nhưng mà nếu mày hư, tao sẽ đánh cho mày tơi tả, hiểu chưa?"
**Mentre parlava, allungò la mano e accarezzò la testa dolorante di Buck.**
Vừa nói, anh vừa đưa tay xoa đầu đau nhức của Buck.
**I capelli di Buck si rizzarono al tocco dell'uomo, ma lui non oppose resistenza.**
Tóc Buck dựng đứng khi người đàn ông chạm vào, nhưng anh không kháng cự.
**L'uomo gli portò dell'acqua e Buck la bevve a grandi sorsi.**
Người đàn ông mang nước đến cho Buck và Buck uống một hơi thật sâu.
**Poi arrivò la carne cruda, che Buck divorò pezzo per pezzo.**
Sau đó đến lượt thịt sống, Buck đã ăn ngấu nghiến từng miếng một.
**Sapeva di essere stato sconfitto, ma sapeva anche di non essere distrutto.**
Anh biết mình đã bị đánh bại, nhưng anh cũng biết mình chưa bị tan vỡ.
**Non aveva alcuna possibilità contro un uomo armato di manganello.**
Anh ta không có cơ hội chống lại một người đàn ông cầm dùi cui.
**Aveva imparato la verità e non dimenticò mai quella lezione.**
Ông đã học được sự thật và không bao giờ quên bài học đó.
**Quell'arma segnò l'inizio della legge nel nuovo mondo di Buck.**
Vũ khí đó chính là sự khởi đầu của luật pháp trong thế giới mới của Buck.
**Fu l'inizio di un ordine duro e primitivo che non poteva negare.**

Đó là sự khởi đầu của một trật tự nguyên thủy, khắc nghiệt mà ông không thể phủ nhận.

**Accettò la verità: i suoi istinti selvaggi erano ormai risvegliati.**

Anh chấp nhận sự thật; bản năng hoang dã của anh giờ đã thức tỉnh.

**Il mondo era diventato più duro, ma Buck lo affrontò coraggiosamente.**

Thế giới ngày càng khắc nghiệt hơn, nhưng Buck vẫn dũng cảm đối mặt với nó.

**Affrontò la vita con una nuova cautela, astuzia e una forza silenziosa.**

Ông đón nhận cuộc sống bằng sự thận trọng, khôn ngoan và sức mạnh thầm lặng mới.

**Arrivarono altri cani, legati con corde o gabbie, come era successo a Buck.**

Thêm nhiều con chó khác cũng bị trói bằng dây thừng hoặc bị nhốt trong thùng giống như Buck.

**Alcuni cani procedevano con calma, altri si infuriavano e combattevano come bestie feroci.**

Một số con chó đến một cách bình tĩnh, những con khác thì nổi giận và chiến đấu như thú dữ.

**Tutti loro furono sottoposti al dominio dell'uomo con il maglione rosso.**

Tất cả bọn họ đều nằm dưới sự cai trị của người đàn ông mặc áo len đỏ.

**Ogni volta Buck osservava e vedeva svolgersi la stessa lezione.**

Mỗi lần, Buck đều theo dõi và chứng kiến cùng một bài học diễn ra.

**L'uomo con la clava era la legge: un padrone a cui obbedire.**

Người đàn ông cầm dùi cui chính là luật pháp; một người chủ mà mọi người phải tuân theo.

**Non era necessario che gli piacesse, ma che gli si obbedisse.**

Ông không cần được yêu mến, nhưng ông phải được tuân theo.

**Buck non si è mai mostrato adulatore o scodinzolante come facevano i cani più deboli.**
Buck không bao giờ nịnh hót hay vẫy đuôi như những con chó yếu hơn.
**Vide dei cani che erano stati picchiati e che continuavano a leccare la mano dell'uomo.**
Ông nhìn thấy những con chó bị đánh đập nhưng vẫn liếm tay người đàn ông.
**Vide un cane che non obbediva né si sottometteva affatto.**
Ông nhìn thấy một con chó không chịu vâng lời hay phục tùng chút nào.
**Quel cane ha combattuto fino alla morte nella battaglia per il controllo.**
Con chó đó đã chiến đấu cho đến khi bị giết trong trận chiến giành quyền kiểm soát.
**A volte degli sconosciuti venivano a trovare l'uomo con il maglione rosso.**
Đôi khi có người lạ đến xem người đàn ông mặc áo len đỏ.
**Parlavano con toni strani, supplicando, contrattando e ridendo.**
Họ nói chuyện bằng giọng lạ, van xin, mặc cả và cười đùa.
**Dopo aver scambiato i soldi, se ne andavano con uno o più cani.**
Khi trao đổi tiền, họ rời đi cùng một hoặc nhiều con chó.
**Buck si chiese dove andassero questi cani, perché nessuno faceva mai ritorno.**
Buck tự hỏi những con chó này đã đi đâu, vì không có con nào quay trở lại.
**la paura dell'ignoto riempiva Buck ogni volta che un uomo sconosciuto si avvicinava**
nỗi sợ hãi về điều chưa biết tràn ngập Buck mỗi khi một người đàn ông lạ đến
**era contento ogni volta che veniva preso un altro cane, al posto suo.**
anh ấy vui mừng mỗi lần có một con chó khác được bắt đi, thay vì chính mình.

**Ma alla fine arrivò il turno di Buck con l'arrivo di uno strano uomo.**
Nhưng cuối cùng, đến lượt Buck khi một người đàn ông lạ mặt xuất hiện.
**Era piccolo, nervoso e parlava un inglese stentato e imprecava.**
Ông ta nhỏ con, gầy gò, nói tiếng Anh không chuẩn và hay chửi thề.
**"Sacredam!" urlò quando vide il corpo di Buck.**
"Sacredam!" anh ta hét lên khi nhìn thấy khung xương của Buck.
**"Che cane maledetto e prepotente! Eh? Quanto costa?" chiese ad alta voce.**
"Đó là một con chó bắt nạt chết tiệt! Hả? Bao nhiêu vậy?" anh ta hỏi lớn.
**"Trecento, ed è un regalo a quel prezzo",**
"Ba trăm, và anh ấy là một món quà với mức giá đó,"
**"Dato che sono soldi del governo, non dovresti lamentarti, Perrault."**
"Vì đó là tiền của chính phủ, anh không nên phàn nàn, Perrault."
**Perrault sorrise pensando all'accordo che aveva appena concluso con quell'uomo.**
Perrault cười toe toét trước thỏa thuận mà anh vừa thực hiện với người đàn ông đó.
**Il prezzo dei cani è salito alle stelle a causa della domanda improvvisa.**
Giá chó tăng vọt do nhu cầu tăng đột ngột.
**Trecento dollari non erano ingiusti per una bestia così bella.**
Ba trăm đô la không phải là số tiền quá đắt đối với một con vật tuyệt vời như vậy.
**Il governo canadese non perderebbe nulla dall'accordo**
Chính phủ Canada sẽ không mất gì trong thỏa thuận này
**Né i loro comunicati ufficiali avrebbero subito ritardi nel trasporto.**
Và các công văn chính thức của họ cũng không bị chậm trễ trong quá trình vận chuyển.

**Perrault conosceva bene i cani e capì che Buck era una rarità.**
Perrault hiểu rõ về loài chó và có thể thấy Buck là một giống chó hiếm có.
**"Uno su dieci diecimila", pensò, mentre studiava la corporatura di Buck.**
"Một trong mười vạn," anh nghĩ khi quan sát vóc dáng của Buck.
**Buck vide il denaro cambiare di mano, ma non mostrò alcuna sorpresa.**
Buck nhìn thấy tiền được trao tay nhưng không tỏ ra ngạc nhiên.
**Poco dopo lui e Curly, un gentile Terranova, furono portati via.**
Chẳng bao lâu sau, anh ta và Xoăn, một chú chó Newfoundland hiền lành, đã bị dẫn đi.
**Seguirono l'omino dal cortile della casa con il maglione rosso.**
Họ đi theo người đàn ông nhỏ bé từ sân nhà chiếc áo len đỏ.
**Quella fu l'ultima volta che Buck vide l'uomo con la mazza di legno.**
Đó là lần cuối cùng Buck nhìn thấy người đàn ông cầm dùi cui gỗ.
**Dal ponte del Narwhal guardò Seattle svanire in lontananza.**
Từ boong tàu Narwhal, ông nhìn thành phố Seattle mờ dần ở phía xa.
**Fu anche l'ultima volta che vide le calde terre del Sud.**
Đó cũng là lần cuối cùng ông nhìn thấy miền Nam ấm áp.
**Perrault li portò sottocoperta e li lasciò con François.**
Perrault đưa họ xuống boong tàu và để lại cho François.
**François era un gigante con la faccia nera e le mani ruvide e callose.**
François là một gã khổng lồ có khuôn mặt đen và đôi bàn tay thô ráp, chai sạn.
**Era un uomo dalla carnagione scura e dalla carnagione scura, un meticcio franco-canadese.**
Anh ta có làn da ngăm đen; mang trong mình dòng máu lai Pháp-Canada.

**Per Buck, quegli uomini erano come non li aveva mai visti prima.**
Với Buck, những người đàn ông này là loại người mà anh chưa từng gặp trước đây.
**Nei giorni a venire avrebbe avuto modo di conoscere molti di questi uomini.**
Trong những ngày tiếp theo, ông sẽ gặp nhiều người như vậy.
**Non cominciò ad affezionarsi a loro, ma finì per rispettarli.**
Ông không thích họ nhưng lại tỏ ra tôn trọng họ.
**Erano giusti e saggi e non si lasciavano ingannare facilmente da nessun cane.**
Họ công bằng và khôn ngoan, không dễ bị lừa bởi bất kỳ con chó nào.
**Giudicavano i cani con calma e punivano solo quando meritavano.**
Họ bình tĩnh phán đoán những chú chó và chỉ trừng phạt khi chúng đáng bị trừng phạt.
**Sul ponte inferiore del Narwhal, Buck e Curly incontrarono due cani.**
Ở tầng dưới của Narwhal, Buck và Xoăn gặp hai chú chó.
**Uno era un grosso cane bianco proveniente dalle lontane e gelide isole Spitzbergen.**
Một con là một con chó trắng lớn đến từ vùng Spitzbergen băng giá xa xôi.
**In passato aveva navigato su una baleniera e si era unito a un gruppo di ricerca.**
Ông đã từng đi thuyền cùng một tàu săn cá voi và tham gia một nhóm khảo sát.
**Era amichevole, ma astuto, subdolo e subdolo.**
Ông ta thân thiện theo một cách ranh mãnh, lén lút và gian xảo.
**Al loro primo pasto, rubò un pezzo di carne dalla padella di Buck.**
Trong bữa ăn đầu tiên, anh ta đã lấy trộm một miếng thịt từ chảo của Buck.
**Buck saltò per punirlo, ma la frusta di François colpì per prima.**

Buck nhảy tới định trừng phạt anh ta, nhưng roi của François đã đánh trước.

**Il ladro bianco urlò e Buck reclamò l'osso rubato.**
Tên trộm da trắng hét lên và Buck đòi lại khúc xương đã đánh cắp.

**Questa correttezza colpì Buck e François si guadagnò il suo rispetto.**
Sự công bằng đó đã gây ấn tượng với Buck và François đã giành được sự tôn trọng của anh.

**L'altro cane non lo salutò e non volle nessuno in cambio.**
Con chó kia không chào hỏi và cũng không muốn chào lại.

**Non rubava il cibo, né annusava con interesse i nuovi arrivati.**
Cậu bé không ăn trộm thức ăn, cũng không thích thú ngửi những con vật mới đến.

**Questo cane era cupo e silenzioso, cupo e lento nei movimenti.**
Con chó này có vẻ mặt nghiêm nghị và im lặng, u ám và di chuyển chậm chạp.

**Avvertì Curly di stargli lontano semplicemente lanciandole un'occhiata fulminante.**
Anh ta cảnh báo Xoăn tránh xa bằng cách trừng mắt nhìn cô.

**Il suo messaggio era chiaro: lasciatemi in pace o saranno guai.**
Thông điệp của anh ấy rất rõ ràng: hãy để tôi yên nếu không sẽ xảy ra rắc rối.

**Si chiamava Dave e non faceva quasi caso a ciò che lo circondava.**
Anh ấy tên là Dave và anh ấy hầu như không để ý đến xung quanh.

**Dormiva spesso, mangiava tranquillamente e sbadigliava di tanto in tanto.**
Ông ngủ thường xuyên, ăn một cách lặng lẽ và thỉnh thoảng ngáp.

**La nave ronzava costantemente con il rumore dell'elica sottostante.**

Con tàu liên tục kêu ầm ầm với tiếng chân vịt đập mạnh bên dưới.

**I giorni passarono senza grandi cambiamenti, ma il clima si fece più freddo.**

Nhiều ngày trôi qua mà không có nhiều thay đổi, nhưng thời tiết ngày càng lạnh hơn.

**Buck se lo sentiva nelle ossa e notò che anche gli altri lo sentivano.**

Buck có thể cảm nhận điều đó trong xương tủy mình, và nhận thấy những người khác cũng vậy.

**Poi una mattina l'elica si fermò e tutto rimase immobile.**

Rồi một buổi sáng, cánh quạt dừng lại và mọi thứ trở nên tĩnh lặng.

**Un'energia percorse la nave: qualcosa era cambiato.**

Một luồng năng lượng tràn ngập khắp con tàu; có điều gì đó đã thay đổi.

**François scese, li mise al guinzaglio e li portò su.**

François đi xuống, móc dây xích cho chúng và dắt chúng lên.

**Buck uscì e trovò il terreno morbido, bianco e freddo.**

Buck bước ra ngoài và thấy mặt đất mềm, trắng và lạnh.

**Lui fece un balzo indietro allarmato e sbuffò in preda alla confusione più totale.**

Anh ta giật mình lùi lại và khịt mũi vì hoàn toàn bối rối.

**Una strana sostanza bianca cadeva dal cielo grigio.**

Những vật thể màu trắng lạ rơi xuống từ bầu trời xám xịt.

**Si scosse, ma i fiocchi bianchi continuavano a cadergli addosso.**

Anh ta lắc mình nhưng những bông tuyết trắng vẫn tiếp tục rơi xuống người anh.

**Annusò attentamente la sostanza bianca e ne leccò alcuni pezzetti ghiacciati.**

Anh ta hít cẩn thận thứ chất lỏng màu trắng đó và liếm một vài viên đá.

**La polvere bruciò come il fuoco e poi svanì subito dalla sua lingua.**

Bột cháy như lửa rồi biến mất ngay trên lưỡi anh ta.

**Buck ci riprovò, sconcertato dallo strano freddo che svaniva.**

Buck thử lại lần nữa, cảm thấy bối rối vì sự lạnh lẽo đột nhiên biến mất.
**Gli uomini intorno a lui risero e Buck si sentì in imbarazzo.**
Những người đàn ông xung quanh anh cười, và Buck cảm thấy xấu hổ.
**Non sapeva perché, ma si vergognava della sua reazione.**
Anh không biết tại sao nhưng anh cảm thấy xấu hổ vì phản ứng của mình.
**Era la sua prima esperienza con la neve e la cosa lo confuse.**
Đây là lần đầu tiên cậu bé tiếp xúc với tuyết và nó khiến cậu bé bối rối.

## La legge del bastone e della zanna
### Luật Côn và Nanh

**Il primo giorno di Buck sulla spiaggia di Dyea è stato un terribile incubo.**
Ngày đầu tiên của Buck trên bãi biển Dyea giống như một cơn ác mộng kinh hoàng.

**Ogni ora portava con sé nuovi shock e cambiamenti inaspettati per Buck.**
Mỗi giờ lại mang đến cho Buck những cú sốc mới và những thay đổi bất ngờ.

**Era stato strappato alla civiltà e gettato nel caos più totale.**
Anh ta đã bị kéo khỏi nền văn minh và bị ném vào cảnh hỗn loạn tột độ.

**Questa non era una vita soleggiata e pigra, fatta di noia e riposo.**
Đây không phải là cuộc sống vui vẻ, lười biếng với sự buồn chán và nghỉ ngơi.

**Non c'era pace, né riposo, né momento senza pericolo.**
Không có sự bình yên, không có sự nghỉ ngơi, và không có khoảnh khắc nào không có nguy hiểm.

**La confusione regnava su tutto e il pericolo era sempre vicino.**
Sự hỗn loạn bao trùm mọi thứ và nguy hiểm luôn rình rập.

**Buck doveva stare attento perché quegli uomini e quei cani erano diversi.**
Buck phải luôn cảnh giác vì những người đàn ông và những con chó này rất khác nhau.

**Non provenivano da città; erano selvaggi e spietati.**
Họ không phải là người thị trấn; họ hoang dã và không có lòng thương xót.

**Questi uomini e questi cani conoscevano solo la legge del bastone e della zanna.**
Những người đàn ông và chó này chỉ biết luật của dùi cui và nanh vuốt.

**Buck non aveva mai visto dei cani combattere come questi feroci husky.**

Buck chưa bao giờ thấy những con chó chiến đấu như những con chó husky hung dữ này.

**La sua prima esperienza gli insegnò una lezione che non avrebbe mai dimenticato.**

Trải nghiệm đầu tiên đã dạy cho anh một bài học mà anh sẽ không bao giờ quên.

**Fu una fortuna che non fosse lui, altrimenti sarebbe morto anche lui.**

May mắn thay đó không phải là anh, nếu không anh cũng sẽ chết.

**Curly era quello che soffriva, mentre Buck osservava e imparava.**

Xoăn là người phải chịu đau khổ trong khi Buck chỉ quan sát và học hỏi.

**Si erano accampati vicino a un deposito costruito con tronchi.**

Họ đã dựng trại gần một cửa hàng được dựng từ những khúc gỗ.

**Curly cercò di essere amichevole con un grosso husky simile a un lupo.**

Xoăn cố gắng tỏ ra thân thiện với một chú chó husky to lớn trông giống sói.

**L'husky era più piccolo di Curly, ma aveva un aspetto selvaggio e cattivo.**

Con chó husky này nhỏ hơn Xoăn nhưng trông có vẻ hoang dã và hung dữ.

**Senza preavviso, lui saltò su e le tagliò il viso.**

Không báo trước, anh ta nhảy tới và chém vào mặt cô.

**Con un solo movimento i suoi denti le tagliarono l'occhio fino alla mascella.**

Răng của hắn cắt từ mắt xuống hàm cô chỉ bằng một động tác.

**Ecco come combattevano i lupi: colpivano velocemente e saltavano via.**

Đây là cách loài sói chiến đấu - đánh nhanh và nhảy ra xa.

**Ma c'era molto di più da imparare da quell'unico attacco.**

Nhưng vẫn còn nhiều điều đáng học hơn từ cuộc tấn công đó.

**Decine di husky si precipitarono dentro e formarono un cerchio silenzioso.**
Hàng chục chú chó husky lao vào và tạo thành một vòng tròn im lặng.
**Osservavano attentamente e si leccavano le labbra per la fame.**
Họ quan sát kỹ lưỡng và liếm môi vì đói.
**Buck non capiva il loro silenzio né i loro occhi ansiosi.**
Buck không hiểu được sự im lặng hay ánh mắt háo hức của họ.
**Curly si lanciò ad attaccare l'husky una seconda volta.**
Xoăn lao tới tấn công con husky lần thứ hai.
**Usò il suo petto per buttarla a terra con un movimento violento.**
Anh ta dùng ngực đẩy cô ngã xuống bằng một động tác mạnh mẽ.
**Cadde su un fianco e non riuscì più a rialzarsi.**
Cô ấy ngã nghiêng và không thể đứng dậy được.
**Era proprio quello che gli altri aspettavano da tempo.**
Đó chính là điều mà những người khác đã chờ đợi bấy lâu nay.
**Gli husky le saltarono addosso, guaindo e ringhiando freneticamente.**
Lũ chó Husky nhảy lên người cô, sủa inh ỏi và gầm gừ một cách điên cuồng.
**Lei urlò mentre la seppellivano sotto una pila di cani.**
Cô ấy hét lên khi họ chôn cô ấy dưới một đống chó.
**L'attacco fu così rapido che Buck rimase immobile per lo shock.**
Cuộc tấn công diễn ra quá nhanh khiến Buck bị sốc và đứng im tại chỗ.
**Vide Spitz tirare fuori la lingua in un modo che sembrava una risata.**
Anh ta thấy Spitz thè lưỡi ra trông giống như đang cười.
**François afferrò un'ascia e corse dritto verso il gruppo di cani.**
François cầm lấy một chiếc rìu và chạy thẳng vào đàn chó.

**Altri tre uomini hanno usato dei manganelli per allontanare gli husky.**
Ba người đàn ông khác dùng dùi cui để giúp đuổi những chú chó husky đi.
**In soli due minuti la lotta finì e i cani se ne andarono.**
Chỉ trong vòng hai phút, cuộc chiến đã kết thúc và những con chó đã biến mất.
**Curly giaceva morta nella neve rossa calpestata, con il corpo fatto a pezzi.**
Xoăn nằm chết trên đống tuyết đỏ bị giẫm đạp, cơ thể bị xé nát.
**Un uomo dalla pelle scura era in piedi davanti a lei, maledicendo la scena brutale.**
Một người đàn ông da ngăm đen đứng bên cạnh cô, nguyền rủa cảnh tượng tàn khốc này.
**Il ricordo rimase con Buck e ossessionò i suoi sogni notturni.**
Ký ức đó vẫn ám ảnh Buck và ám ảnh giấc mơ của cậu vào ban đêm.
**Ecco come funzionava: niente equità, niente seconda possibilità.**
Ở đây chính là như vậy; không có sự công bằng, không có cơ hội thứ hai.
**Una volta caduto un cane, gli altri lo uccidevano senza pietà.**
Một khi một con chó ngã xuống, những con khác sẽ giết không thương tiếc.
**Buck decise allora che non si sarebbe mai lasciato cadere.**
Buck lúc đó quyết định rằng anh sẽ không bao giờ cho phép mình ngã nữa.
**Spitz tirò fuori di nuovo la lingua e rise guardando il sangue.**
Spitz lại thè lưỡi ra và cười nhạo máu.
**Da quel momento in poi, Buck odiò Spitz con tutto il cuore.**
Từ khoảnh khắc đó trở đi, Buck căm ghét Spitz hết mực.

**Prima che Buck potesse riprendersi dalla morte di Curly, accadde qualcosa di nuovo.**

Trước khi Buck kịp hồi phục sau cái chết của Xoăn, một điều mới đã xảy ra.
**François si avvicinò e legò qualcosa attorno al corpo di Buck.**
François tiến lại gần và buộc thứ gì đó quanh người Buck.
**Era un'imbracatura simile a quelle usate per i cavalli al ranch.**
Đó là một loại dây cương giống như loại dùng cho ngựa ở trang trại.
**Così come Buck aveva visto lavorare i cavalli, ora era costretto a lavorare anche lui.**
Giống như Buck đã từng thấy ngựa làm việc, giờ đây nó cũng phải làm việc.
**Dovette trascinare François su una slitta nella foresta vicina.**
Anh ta phải kéo François trên xe trượt tuyết vào khu rừng gần đó.
**Poi dovette trascinare indietro un pesante carico di legna da ardere.**
Sau đó, anh ta phải kéo về một đống củi nặng.
**Buck era orgoglioso e gli faceva male essere trattato come un animale da lavoro.**
Buck rất kiêu hãnh nên cảm thấy tổn thương khi bị đối xử như một con vật làm việc.
**Ma era saggio e non cercò di combattere la nuova situazione.**
Nhưng ông rất khôn ngoan và không cố gắng chống lại tình hình mới.
**Accettò la sua nuova vita e diede il massimo in ogni compito.**
Ông chấp nhận cuộc sống mới và cố gắng hết sức trong mọi nhiệm vụ.
**Tutto di quel lavoro gli risultava strano e sconosciuto.**
Mọi thứ trong công việc đều lạ lẫm và xa lạ với anh.
**François era severo e pretendeva obbedienza senza indugio.**
François rất nghiêm khắc và yêu cầu phải tuân thủ ngay lập tức.
**La sua frusta garantiva che ogni comando venisse eseguito immediatamente.**

Chiếc roi của ông đảm bảo rằng mọi mệnh lệnh đều được tuân theo cùng một lúc.

**Dave era il timoniere, il cane più vicino alla slitta dietro Buck.**

Dave là người lái xe, là chú chó ở gần xe trượt tuyết nhất, phía sau Buck.

**Se commetteva un errore, Dave mordeva Buck sulle zampe posteriori.**

Dave sẽ cắn vào chân sau của Buck nếu nó phạm lỗi.

**Spitz era il cane guida, abile ed esperto nel ruolo.**

Spitz là chú chó dẫn đầu, có kỹ năng và kinh nghiệm trong vai trò này.

**Spitz non riusciva a raggiungere Buck facilmente, ma lo corresse comunque.**

Spitz không thể dễ dàng tiếp cận Buck, nhưng vẫn chỉnh đốn anh ta.

**Ringhiava aspramente o tirava la slitta in modi che insegnavano a Buck.**

Anh ta gầm gừ dữ dội hoặc kéo xe trượt tuyết theo cách mà Buck học được.

**Grazie a questo addestramento, Buck imparò più velocemente di quanto tutti si aspettassero.**

Nhờ sự đào tạo này, Buck đã học nhanh hơn bất kỳ ai mong đợi.

**Lavorò duramente e imparò sia da François che dagli altri cani.**

Anh ấy đã làm việc chăm chỉ và học hỏi từ cả François và những chú chó khác.

**Quando tornarono, Buck conosceva già i comandi chiave.**

Khi họ quay lại, Buck đã biết các lệnh chính.

**Imparò a fermarsi al suono della parola "oh" di François.**

Anh ấy học cách dừng lại khi nghe thấy tiếng "ho" của François.

**Imparò quando era il momento di tirare la slitta e correre.**

Anh ấy đã học được cách khi nào thì phải kéo xe trượt tuyết và khi nào thì chạy.

**Imparò a svoltare senza problemi nelle curve del sentiero.**

Anh ấy đã học được cách rẽ rộng ở những khúc cua trên đường mòn mà không gặp khó khăn gì.
**Imparò anche a evitare Dave quando la slitta scendeva velocemente.**
Cậu cũng học cách tránh Dave khi xe trượt tuyết lao xuống dốc nhanh.
**"Sono cani molto buoni", disse orgoglioso François a Perrault.**
"Chúng là những chú chó rất giỏi," François tự hào nói với Perrault.
**"Quel Buck tira come un dannato, glielo insegno subito."**
"Con Buck đó kéo ghê quá—tôi dạy nó nhanh lắm."

**Più tardi quel giorno, Perrault tornò con altri due husky.**
Cùng ngày hôm đó, Perrault quay lại với hai chú chó husky nữa.
**Si chiamavano Billee e Joe ed erano fratelli.**
Tên họ là Billee và Joe, và họ là anh em.
**Provenivano dalla stessa madre, ma non erano affatto simili.**
Chúng cùng một mẹ nhưng lại không giống nhau chút nào.
**Billee era un tipo dolce e molto amichevole con tutti.**
Billee có tính tình ngọt ngào và thân thiện với mọi người.
**Joe era l'opposto: silenzioso, arrabbiato e sempre ringhiante.**
Joe thì ngược lại—im lặng, tức giận và luôn gầm gừ.
**Buck li salutò amichevolmente e si mantenne calmo con entrambi.**
Buck chào đón họ một cách thân thiện và tỏ ra bình tĩnh với cả hai.
**Dave non prestò loro attenzione e rimase in silenzio come al solito.**
Dave không để ý đến họ và vẫn im lặng như thường lệ.
**Spitz attaccò prima Billee, poi Joe, per dimostrare la sua superiorità.**
Spitz tấn công đầu tiên vào Billee, sau đó là Joe để chứng tỏ sự thống trị của mình.
**Billee scodinzolava e cercava di essere amichevole con Spitz.**
Billee vẫy đuôi và cố gắng tỏ ra thân thiện với Spitz.

**Quando questo non funzionò, cercò di scappare.**
Khi cách đó không hiệu quả, anh ta lại cố gắng bỏ chạy.
**Pianse tristemente quando Spitz lo morse forte sul fianco.**
Anh ấy khóc một cách buồn bã khi Spitz cắn anh ấy một cú mạnh vào hông.
**Ma Joe era molto diverso e si rifiutava di farsi prendere in giro.**
Nhưng Joe thì rất khác biệt và không chịu bị bắt nạt.
**Ogni volta che Spitz si avvicinava, Joe si girava velocemente per affrontarlo.**
Mỗi lần Spitz đến gần, Joe lại nhanh chóng quay người lại để đối mặt với anh ta.
**La sua pelliccia si drizzò, le sue labbra si arricciarono e i suoi denti schioccarono selvaggiamente.**
Lông của nó dựng đứng, môi cong lên và răng cắn lập cập dữ dội.
**Gli occhi di Joe brillavano di paura e rabbia, sfidando Spitz a colpire.**
Đôi mắt của Joe sáng lên vì sợ hãi và giận dữ, thách thức Spitz ra tay.
**Spitz abbandonò la lotta e si voltò, umiliato e arrabbiato.**
Spitz bỏ cuộc chiến và quay đi, cảm thấy nhục nhã và tức giận.
**Sfogò la sua frustrazione sul povero Billee e lo cacciò via.**
Anh ta trút cơn tức giận của mình lên Billee tội nghiệp và đuổi anh ta đi.
**Quella sera Perrault aggiunse un altro cane alla squadra.**
Tối hôm đó, Perrault đã đưa thêm một chú chó nữa vào đội.
**Questo cane era vecchio, magro e coperto di cicatrici di battaglia.**
Con chó này già, gầy và đầy vết sẹo do chiến đấu.
**Gli mancava un occhio, ma l'altro brillava di potere.**
Một bên mắt của anh ta bị mất, nhưng bên mắt còn lại thì sáng ngời đầy sức mạnh.
**Il nome del nuovo cane era Solleks, che significa "l'Arrabbiato".**
Tên của chú chó mới là Solleks, có nghĩa là Kẻ tức giận.

**Come Dave, Solleks non chiedeva nulla agli altri e non dava nulla in cambio.**
Giống như Dave, Solleks không yêu cầu bất cứ điều gì từ người khác và cũng không đáp lại bất cứ điều gì.
**Quando Solleks entrò lentamente nell'accampamento, persino Spitz rimase lontano.**
Khi Solleks từ từ bước vào trại, ngay cả Spitz cũng tránh xa.
**Aveva una strana abitudine che Buck ebbe la sfortuna di scoprire.**
Anh ta có một thói quen kỳ lạ mà Buck không may phát hiện ra.
**Solleks detestava essere avvicinato dal lato in cui era cieco.**
Solleks ghét bị tiếp cận ở phía mà anh không nhìn thấy.
**Buck non lo sapeva e commise quell'errore per sbaglio.**
Buck không biết điều này và đã vô tình mắc phải lỗi đó.
**Solleks si voltò di scatto e colpì la spalla di Buck in modo profondo e rapido.**
Solleks quay lại và chém một nhát sâu và nhanh vào vai Buck.
**Da quel momento in poi, Buck non si avvicinò mai più al lato cieco di Solleks.**
Từ khoảnh khắc đó trở đi, Buck không bao giờ đến gần điểm mù của Solleks nữa.
**Non ebbero mai più problemi per il resto del tempo che trascorsero insieme.**
Họ không bao giờ gặp rắc rối nữa trong suốt thời gian còn lại bên nhau.
**Solleks voleva solo essere lasciato solo, come il tranquillo Dave.**
Solleks chỉ muốn được ở một mình, giống như Dave trầm tính vậy.
**Ma Buck avrebbe scoperto in seguito che ognuno di loro aveva un altro obiettivo segreto.**
Nhưng sau đó Buck biết rằng mỗi người đều có một mục tiêu bí mật khác.
**Quella notte Buck si trovò ad affrontare una nuova e preoccupante sfida: come dormire.**

Đêm đó Buck phải đối mặt với một thử thách mới và khó khăn—làm sao để ngủ.

**La tenda era illuminata caldamente dalla luce delle candele nel campo innevato.**

Căn lều ấm áp nhờ ánh nến giữa cánh đồng tuyết.

**Buck entrò, pensando che lì avrebbe potuto riposare come prima.**

Buck bước vào trong, nghĩ rằng mình có thể nghỉ ngơi ở đó như trước.

**Ma Perrault e François gli urlarono contro e gli tirarono delle padelle.**

Nhưng Perrault và François đã hét vào mặt anh ta và ném chảo.

**Sconvolto e confuso, Buck corse fuori nel freddo gelido.**

Quá sốc và bối rối, Buck chạy ra ngoài trời lạnh cóng.

**Un vento gelido gli pungeva la spalla ferita e gli congelava le zampe.**

Một cơn gió buốt nhói vào vai bị thương và làm tê cóng bàn chân của anh.

**Si sdraiò sulla neve e cercò di dormire all'aperto.**

Anh nằm xuống tuyết và cố gắng ngủ ngoài trời.

**Ma il freddo lo costrinse presto a rialzarsi, tremando forte.**

Nhưng cái lạnh nhanh chóng buộc anh phải đứng dậy, run rẩy dữ dội.

**Vagò per l'accampamento, cercando di trovare un posto più caldo.**

Anh ta lang thang khắp trại, cố gắng tìm một nơi ấm áp hơn.

**Ma ogni angolo era freddo come quello precedente.**

Nhưng mọi góc đều lạnh lẽo như trước.

**A volte dei cani feroci gli saltavano addosso dall'oscurità.**

Thỉnh thoảng, những con chó dữ từ trong bóng tối nhảy xổ vào anh.

**Buck drizzò il pelo, scoprì i denti e ringhiò in tono ammonitore.**

Buck dựng lông, nhe răng và gầm gừ cảnh cáo.

**Lui stava imparando in fretta e gli altri cani si sono subito tirati indietro.**

Chú chó này học rất nhanh, còn những chú chó khác thì nhanh chóng lùi lại.

**Tuttavia, non aveva un posto dove dormire e non aveva idea di cosa fare.**

Tuy nhiên, anh vẫn không có nơi nào để ngủ và không biết phải làm gì.

**Alla fine gli venne in mente un pensiero: andare a dare un'occhiata ai suoi compagni di squadra.**

Cuối cùng, một ý nghĩ lóe lên trong đầu anh - kiểm tra đồng đội của mình.

**Ritornò nella loro zona e rimase sorpreso nel constatare che non c'erano più.**

Anh ta quay lại khu vực của họ và ngạc nhiên khi thấy họ đã biến mất.

**Cercò di nuovo nell'accampamento, ma ancora non riuscì a trovarli.**

Anh lại tìm kiếm khắp trại nhưng vẫn không tìm thấy họ.

**Sapeva che loro non potevano stare nella tenda, altrimenti ci sarebbe stato anche lui.**

Anh biết họ không thể vào trong lều, nếu không anh cũng sẽ vào.

**E allora, dove erano finiti tutti i cani in quell'accampamento ghiacciato?**

Vậy thì tất cả những chú chó đã đi đâu trong trại đông lạnh này?

**Buck, infreddolito e infelice, girò lentamente intorno alla tenda.**

Buck, lạnh cóng và đau khổ, từ từ đi vòng quanh lều.

**All'improvviso, le sue zampe anteriori sprofondarono nella neve soffice e lo spaventarono.**

Đột nhiên, chân trước của nó lún vào lớp tuyết mềm khiến nó giật mình.

**Qualcosa si mosse sotto i suoi piedi e lui fece un salto indietro per la paura.**

Có thứ gì đó ngọ nguậy dưới chân anh, và anh sợ hãi nhảy lùi lại.

**Ringhiava e ringhiava, non sapendo cosa si nascondesse sotto la neve.**
Anh ta gầm gừ và gầm gừ, không biết có gì bên dưới lớp tuyết.
**Poi udì un piccolo abbaio amichevole che placò la sua paura.**
Sau đó, anh nghe thấy tiếng sủa nhỏ thân thiện làm dịu đi nỗi sợ hãi của anh.
**Annusò l'aria e si avvicinò per vedere cosa fosse nascosto.**
Anh ta hít không khí và tiến lại gần hơn để xem thứ gì đang ẩn giấu.
**Sotto la neve, rannicchiata in una calda palla, c'era la piccola Billee.**
Dưới tuyết, cuộn tròn như một quả bóng ấm áp, là Billee bé nhỏ.
**Billee scodinzolò e leccò il muso di Buck per salutarlo.**
Billee vẫy đuôi và liếm mặt Buck để chào đón nó.
**Buck vide come Billee si era costruito un posto per dormire nella neve.**
Buck nhìn thấy Billee đã tạo ra một nơi ngủ trong tuyết.
**Aveva scavato e sfruttato il suo calore per scaldarsi.**
Anh ta đã đào sâu xuống và dùng nhiệt của mình để giữ ấm.
**Buck aveva imparato un'altra lezione: ecco come dormivano i cani.**
Buck đã học được một bài học khác - đây chính là cách loài chó ngủ.
**Scelse un posto e cominciò a scavare la sua buca nella neve.**
Anh ta chọn một chỗ và bắt đầu đào một cái hố cho mình trong tuyết.
**All'inizio si muoveva troppo e sprecava energie.**
Lúc đầu, anh ấy di chuyển quá nhiều và lãng phí năng lượng.
**Ma ben presto il suo corpo riscaldò lo spazio e si sentì al sicuro.**
Nhưng cơ thể anh nhanh chóng làm ấm không gian đó và anh cảm thấy an toàn.
**Si rannicchiò forte e poco dopo si addormentò profondamente.**

Anh cuộn mình thật chặt, và chẳng mấy chốc đã chìm vào giấc ngủ.
**La giornata era stata lunga e dura e Buck era esausto.**
Một ngày dài và vất vả, và Buck đã kiệt sức.
**Dormì profondamente e comodamente, anche se fece sogni selvaggi.**
Anh ngủ rất sâu và thoải mái, mặc dù giấc mơ của anh rất hoang dã.
**Ringhiava e abbaiava nel sonno, contorcendosi mentre sognava.**
Anh ta gầm gừ và sủa trong lúc ngủ, vặn vẹo như đang mơ.

**Buck non si svegliò finché l'accampamento non cominciò a prendere vita.**
Buck không thức dậy cho đến khi trại đã bắt đầu hoạt động.
**All'inizio non sapeva dove si trovasse o cosa fosse successo.**
Lúc đầu, anh không biết mình đang ở đâu và chuyện gì đã xảy ra.
**La neve era caduta durante la notte e aveva seppellito completamente il suo corpo.**
Tuyết rơi suốt đêm và chôn vùi hoàn toàn cơ thể anh.
**La neve lo circondava, fitta su tutti i lati.**
Tuyết dày đặc xung quanh anh, chặt chẽ ở mọi phía.
**All'improvviso un'ondata di paura percorse tutto il corpo di Buck.**
Đột nhiên một làn sóng sợ hãi chạy khắp cơ thể Buck.
**Era la paura di rimanere intrappolati, una paura che proveniva da istinti profondi.**
Đó là nỗi sợ bị mắc kẹt, nỗi sợ xuất phát từ bản năng sâu xa.
**Sebbene non avesse mai visto una trappola, la paura era viva dentro di lui.**
Mặc dù chưa từng nhìn thấy bẫy nhưng nỗi sợ hãi vẫn hiện hữu bên trong anh.
**Era un cane addomesticato, ma ora i suoi vecchi istinti selvaggi si stavano risvegliando.**
Anh ta là một chú chó ngoan ngoãn, nhưng giờ đây bản năng hoang dã của anh ta đang thức tỉnh.

**I muscoli di Buck si irrigidirono e il pelo gli si rizzò su tutta la schiena.**
Cơ bắp của Buck căng cứng, và lông trên lưng nó dựng đứng.
**Ringhiò furiosamente e balzò in piedi nella neve.**
Anh ta gầm gừ dữ dội và nhảy thẳng lên khỏi tuyết.
**La neve volava in ogni direzione mentre lui irrompeva nella luce del giorno.**
Tuyết bay tứ tung khắp nơi khi anh ta lao vào ánh sáng ban ngày.
**Ancora prima di atterrare, Buck vide l'accampamento disteso davanti a lui.**
Ngay cả trước khi đổ bộ, Buck đã nhìn thấy trại lính trải rộng trước mắt.
**Ricordò tutto del giorno prima, tutto in una volta.**
Anh ấy nhớ lại mọi chuyện của ngày hôm trước cùng một lúc.
**Ricordava di aver passeggiato con Manuel e di essere finito in quel posto.**
Anh nhớ đã đi dạo cùng Manuel và dừng chân ở nơi này.
**Ricordava di aver scavato la buca e di essersi addormentato al freddo.**
Ông nhớ mình đã đào một cái hố và ngủ quên trong giá lạnh.
**Ora era sveglio e il mondo selvaggio intorno a lui era limpido.**
Bây giờ anh đã tỉnh và thế giới hoang dã xung quanh anh đã trở nên rõ ràng.
**Un grido di François annunciò l'improvvisa apparizione di Buck.**
François hét lớn chào đón sự xuất hiện đột ngột của Buck.
**"Cosa ho detto?" gridò a gran voce il conducente del cane a Perrault.**
"Tôi đã nói gì cơ?" Người đánh xe chó hét lớn với Perrault.
**"Quel Buck impara sicuramente in fretta", ha aggiunto François.**
François nói thêm: "Chắc chắn Buck học rất nhanh".
**Perrault annuì gravemente, visibilmente soddisfatto del risultato.**
Perrault gật đầu nghiêm túc, rõ ràng là hài lòng với kết quả.

**In qualità di corriere del governo canadese, trasportava dispacci.**
Với tư cách là người chuyển phát nhanh cho Chính phủ Canada, ông phụ trách chuyển phát công văn.
**Era ansioso di trovare i cani migliori per la sua importante missione.**
Ông háo hức tìm những chú chó tốt nhất cho nhiệm vụ quan trọng của mình.
**Ora si sentiva particolarmente contento che Buck facesse parte della squadra.**
Anh cảm thấy đặc biệt vui mừng khi Buck đã trở thành thành viên của đội.
**Nel giro di un'ora, alla squadra furono aggiunti altri tre husky.**
Ba chú chó husky nữa được thêm vào đội trong vòng một giờ.
**Ciò ha portato il numero totale dei cani della squadra a nove.**
Như vậy, tổng số chó trong đội lên tới chín.
**Nel giro di quindici minuti tutti i cani erano imbracati.**
Trong vòng mười lăm phút, tất cả các chú chó đã được đeo dây nịt.
**La squadra di slitte stava risalendo il sentiero verso Dyea Cañon.**
Đội xe trượt tuyết đang lao lên con đường mòn hướng về Dyea Cañon.
**Buck era contento di andarsene, anche se il lavoro che lo attendeva era duro.**
Buck cảm thấy vui khi được rời đi, mặc dù công việc phía trước rất khó khăn.
**Scoprì di non disprezzare particolarmente né il lavoro né il freddo.**
Ông nhận ra rằng mình không thực sự ghét công việc lao động hay cái lạnh.
**Fu sorpreso dall'entusiasmo che pervadeva tutta la squadra.**
Ông ngạc nhiên trước sự háo hức tràn ngập khắp toàn đội.
**Ancora più sorprendente fu il cambiamento avvenuto in Dave e Solleks.**

Điều đáng ngạc nhiên hơn nữa là sự thay đổi của Dave và Solleks.
**Questi due cani erano completamente diversi quando venivano imbrigliati.**
Hai con chó này hoàn toàn khác nhau khi chúng được kéo vào chuồng.
**La loro passività e la loro disattenzione erano completamente scomparse.**
Sự thụ động và thiếu quan tâm của họ đã hoàn toàn biến mất.
**Erano attenti e attivi, desiderosi di svolgere bene il loro lavoro.**
Họ rất tỉnh táo và năng động, luôn mong muốn làm tốt công việc của mình.
**Si irritavano ferocemente per qualsiasi cosa provocasse ritardi o confusione.**
Họ trở nên cực kỳ khó chịu với bất cứ điều gì gây ra sự chậm trễ hoặc nhầm lẫn.
**Il duro lavoro sulle redini era il centro del loro intero essere.**
Công việc khó khăn trên dây cương là trọng tâm của toàn bộ con người họ.
**Sembrava che l'unica cosa che gli piacesse davvero fosse tirare la slitta.**
Có vẻ như kéo xe trượt tuyết là hoạt động duy nhất mà họ thực sự thích.
**Dave era in fondo al gruppo, il più vicino alla slitta.**
Dave ở phía sau nhóm, gần chiếc xe trượt tuyết nhất.
**Buck fu messo davanti a Dave e Solleks superò Buck.**
Buck được đặt ở phía trước Dave, và Solleks vượt lên trước Buck.
**Il resto dei cani era disposto in fila indiana davanti a loro.**
Những con chó còn lại được xếp thành một hàng dọc ở phía trước.
**La posizione di testa in prima linea era occupata da Spitz.**
Vị trí dẫn đầu ở phía trước được Spitz đảm nhiệm.
**Buck era stato messo tra Dave e Solleks per essere istruito.**
Buck được đặt giữa Dave và Solleks để được hướng dẫn.
**Lui imparava in fretta e gli insegnanti erano risoluti e capaci.**

Ông học nhanh, còn họ là những giáo viên nghiêm khắc và có năng lực.

**Non permisero mai a Buck di restare a lungo nell'errore.**

Họ không bao giờ cho phép Buck tiếp tục sai lầm lâu dài.

**Quando necessario, impartivano le lezioni con denti affilati.**

Họ dạy bài bằng sự sắc bén khi cần thiết.

**Dave era giusto e dimostrava una saggezza pacata e seria.**

Dave rất công bằng và thể hiện sự khôn ngoan một cách lặng lẽ, nghiêm túc.

**Non mordeva mai Buck senza una buona ragione.**

Anh ấy không bao giờ cắn Buck mà không có lý do chính đáng.

**Ma non mancava mai di mordere quando Buck aveva bisogno di essere corretto.**

Nhưng anh ta không bao giờ bỏ lỡ cơ hội khi Buck cần được sửa sai.

**La frusta di François era sempre pronta e sosteneva la loro autorità.**

Roi của François luôn sẵn sàng và ủng hộ quyền lực của họ.

**Buck scoprì presto che era meglio obbedire che reagire.**

Buck sớm nhận ra rằng tốt hơn là tuân lệnh thay vì chống trả.

**Una volta, durante un breve riposo, Buck rimase impigliato nelle redini.**

Một lần, trong lúc nghỉ ngơi, Buck bị vướng vào dây cương.

**Ritardò la partenza e confuse i movimenti della squadra.**

Anh ta đã trì hoãn việc khởi hành và làm rối loạn chuyển động của đội.

**Dave e Solleks si avventarono su di lui e lo picchiarono duramente.**

Dave và Solleks lao vào và đánh anh ta một trận tơi bời.

**La situazione peggiorò ulteriormente, ma Buck imparò bene la lezione.**

Sự rắc rối ngày càng tệ hơn, nhưng Buck đã học được bài học của mình.

**Da quel momento in poi tenne le redini tese e lavorò con attenzione.**

Từ đó trở đi, ông luôn giữ chặt dây cương và làm việc một cách cẩn thận.
**Prima che la giornata finisse, Buck aveva portato a termine gran parte del suo compito.**
Trước khi ngày kết thúc, Buck đã hoàn thành phần lớn nhiệm vụ của mình.
**I suoi compagni di squadra quasi smisero di correggerlo o di morderlo.**
Các đồng đội của anh ấy gần như ngừng sửa lỗi hoặc cắn anh ấy.
**La frusta di François schioccava nell'aria sempre meno spesso.**
Tiếng roi của François quất vào không khí ngày một thưa dần.
**Perrault sollevò addirittura i piedi di Buck ed esaminò attentamente ogni zampa.**
Perrault thậm chí còn nhấc chân Buck lên và cẩn thận kiểm tra từng bàn chân.
**Era stata una giornata di corsa dura, lunga ed estenuante per tutti loro.**
Đó là một ngày chạy vất vả, dài và mệt mỏi đối với tất cả mọi người.
**Risalirono il Cañon, attraversarono Sheep Camp e superarono le Scales.**
Họ đi lên Cañon, qua Trại Cừu và qua Scales.
**Superarono il limite della vegetazione arborea, poi ghiacciai e cumuli di neve alti diversi metri.**
Họ băng qua ranh giới rừng, rồi đến các sông băng và đống tuyết sâu hàng feet.
**Scalarono il grande e freddo Chilkoot Divide.**
Họ leo lên con đường Chilkoot Divide lạnh lẽo và hiểm trở.
**Quella cresta elevata si ergeva tra l'acqua salata e l'interno ghiacciato.**
Sườn núi cao đó nằm giữa nước mặn và vùng bên trong đóng băng.
**Le montagne custodivano il triste e solitario Nord con ghiaccio e ripide salite.**

Những ngọn núi bảo vệ miền Bắc buồn bã và cô đơn bằng băng giá và những con dốc đứng.
**Scesero rapidamente lungo una lunga catena di laghi sotto la dorsale.**
Họ đã có thời gian tốt khi đi qua một chuỗi hồ dài bên dưới đường phân chia.
**Questi laghi riempivano gli antichi crateri di vulcani spenti.**
Những hồ nước này lấp đầy các miệng núi lửa cổ xưa đã tắt.
**Quella notte tardi raggiunsero un grande accampamento presso il lago Bennett.**
Đêm hôm đó, họ đến một trại lớn ở Hồ Bennett.
**Migliaia di cercatori d'oro erano lì, intenti a costruire barche per la primavera.**
Hàng ngàn người tìm vàng đã có mặt ở đó để đóng thuyền cho mùa xuân.
**Il ghiaccio si sarebbe presto rotto e dovevano essere pronti.**
Băng sắp tan và họ phải sẵn sàng.
**Buck scavò la sua buca nella neve e cadde in un sonno profondo.**
Buck đào một cái hố trong tuyết và chìm vào giấc ngủ sâu.
**Dormiva come un lavoratore, esausto dopo una dura giornata di lavoro.**
Ông ngủ như một người lao động, kiệt sức sau một ngày làm việc vất vả.
**Ma venne strappato al sonno troppo presto, nell'oscurità.**
Nhưng khi trời còn quá sớm, anh đã bị kéo ra khỏi giấc ngủ.
**Fu nuovamente imbrigliato insieme ai suoi compagni e attaccato alla slitta.**
Anh ta lại được kéo cùng với những người bạn của mình và buộc vào xe trượt tuyết.
**Quel giorno percorsero quaranta miglia, perché la neve era ben calpestata.**
Ngày hôm đó họ đi được bốn mươi dặm vì tuyết đã được giẫm nhiều.
**Il giorno dopo, e per molti giorni a seguire, la neve era soffice.**
Ngày hôm sau, và nhiều ngày sau đó, tuyết vẫn mềm.

**Dovettero farsi strada da soli, lavorando di più e muovendosi più lentamente.**
Họ phải tự mình tạo ra con đường, làm việc chăm chỉ hơn và di chuyển chậm hơn.
**Di solito, Perrault camminava davanti alla squadra con le ciaspole palmate.**
Thông thường, Perrault đi trước đội với đôi giày đi tuyết có màng.
**I suoi passi compattavano la neve, facilitando lo spostamento della slitta.**
Những bước chân của ông làm tuyết lún xuống, giúp xe trượt tuyết di chuyển dễ dàng hơn.
**François, che era al timone della barca a vela, a volte prendeva il comando.**
François, người lái từ cần lái, đôi khi lại tiếp quản.
**Ma era raro che François prendesse l'iniziativa**
Nhưng hiếm khi François dẫn đầu
**perché Perrault aveva fretta di consegnare le lettere e i pacchi.**
vì Perrault đang vội vã chuyển thư và bưu kiện.
**Perrault era orgoglioso della sua conoscenza della neve, e in particolare del ghiaccio.**
Perrault tự hào về kiến thức của mình về tuyết, đặc biệt là băng.
**Questa conoscenza era essenziale perché il ghiaccio autunnale era pericolosamente sottile.**
Kiến thức đó rất cần thiết vì băng mùa thu rất mỏng.
**Dove l'acqua scorreva rapidamente sotto la superficie non c'era affatto ghiaccio.**
Nơi nước chảy nhanh bên dưới bề mặt thì không hề có băng.

**Giorno dopo giorno, la stessa routine si ripeteva senza fine.**
Ngày này qua ngày khác, thói quen đó cứ lặp đi lặp lại không hồi kết.
**Buck lavorava senza sosta con le redini, dall'alba alla sera.**
Buck miệt mài kéo dây cương từ sáng đến tối.

**Lasciarono l'accampamento al buio, molto prima che sorgesse il sole.**
Họ rời trại trong bóng tối, từ rất lâu trước khi mặt trời mọc.
**Quando spuntò l'alba, avevano già percorso molti chilometri.**
Khi trời sáng, họ đã đi được nhiều dặm đường rồi.
**Si accamparono dopo il tramonto, mangiando pesce e scavando buche nella neve.**
Họ dựng trại sau khi trời tối, ăn cá và đào hang trong tuyết.
**Buck era sempre affamato e non era mai veramente soddisfatto della sua razione.**
Buck luôn đói và không bao giờ thực sự hài lòng với khẩu phần ăn của mình.
**Riceveva ogni giorno mezzo chilo di salmone essiccato.**
Mỗi ngày ông nhận được một pound rưỡi cá hồi khô.
**Ma il cibo sembrò svanire dentro di lui, lasciandogli solo la fame.**
Nhưng thức ăn dường như biến mất bên trong anh, để lại cơn đói.
**Soffriva di continui morsi della fame e sognava di avere più cibo.**
Ông liên tục bị cơn đói hành hạ và mơ ước có nhiều thức ăn hơn.
**Gli altri cani hanno ricevuto solo mezzo chilo di cibo, ma sono rimasti forti.**
Những con chó khác chỉ được một pound thức ăn, nhưng chúng vẫn khỏe mạnh.
**Erano più piccoli ed erano nati in una società nordica.**
Họ nhỏ con hơn và được sinh ra ở miền Bắc.
**Perse rapidamente la pignoleria che aveva caratterizzato la sua vecchia vita.**
Ông nhanh chóng mất đi sự cầu kỳ vốn có trong cuộc sống trước đây của mình.
**Fino a quel momento era stato un mangiatore prelibato, ma ora non gli era più possibile.**
Trước đây ông là người ăn uống thanh đạm, nhưng bây giờ điều đó không còn khả thi nữa.

**I suoi compagni arrivarono primi e gli rubarono la razione rimasta.**
Những người bạn của anh ta đã ăn xong trước và cướp mất phần ăn còn lại của anh ta.
**Una volta cominciati, non c'era più modo di difendere il cibo da loro.**
Một khi chúng bắt đầu, không có cách nào để bảo vệ thức ăn của anh khỏi chúng.
**Mentre lui lottava contro due o tre cani, gli altri rubarono il resto.**
Trong khi anh ta đánh đuổi hai hoặc ba con chó, những con khác đã đánh cắp số còn lại.
**Per risolvere il problema, cominciò a mangiare velocemente come mangiavano gli altri.**
Để khắc phục điều này, anh ấy bắt đầu ăn nhanh như những người khác.
**La fame lo spingeva così forte che arrivò persino a prendere del cibo non suo.**
Cơn đói thúc đẩy anh ta đến mức anh ta thậm chí còn lấy cả thức ăn không phải của mình.
**Osservò gli altri e imparò rapidamente dalle loro azioni.**
Anh ấy quan sát những người khác và học hỏi nhanh chóng từ hành động của họ.
**Vide Pike, un nuovo cane, rubare una fetta di pancetta a Perrault.**
Anh ta nhìn thấy Pike, một chú chó mới, đang ăn trộm một miếng thịt xông khói của Perrault.
**Pike aveva aspettato che Perrault gli voltasse le spalle per rubare la pagnotta.**
Pike đã đợi cho đến khi Perrault quay lưng lại mới lấy trộm thịt xông khói.
**Il giorno dopo, Buck copiò Pike e rubò l'intero pezzo.**
Ngày hôm sau, Buck bắt chước Pike và đánh cắp toàn bộ miếng thịt.
**Seguì un gran tumulto, ma Buck non fu sospettato.**
Một tiếng ồn lớn vang lên, nhưng Buck không bị nghi ngờ.

**Al suo posto venne punito Dub, un cane goffo che veniva sempre beccato.**
Dub, một chú chó vụng về luôn bị bắt gặp, đã bị trừng phạt.
**Quel primo furto fece di Buck un cane adatto a sopravvivere al Nord.**
Vụ trộm đầu tiên đó đã đánh dấu Buck là một chú chó thích hợp để sinh tồn ở miền Bắc.
**Ha dimostrato di sapersi adattare alle nuove condizioni e di saper imparare rapidamente.**
Ông đã chứng tỏ mình có thể thích nghi với điều kiện mới và học hỏi rất nhanh.
**Senza tale adattabilità, sarebbe morto rapidamente e gravemente.**
Nếu không có khả năng thích nghi đó, ông đã chết một cách nhanh chóng và thảm khốc.
**Segnò anche il crollo della sua natura morale e dei suoi valori passati.**
Nó cũng đánh dấu sự suy sụp về bản chất đạo đức và các giá trị trong quá khứ của ông.
**Nel Southland aveva vissuto secondo la legge dell'amore e della gentilezza.**
Ở miền Nam, ông sống theo luật yêu thương và lòng tốt.
**Lì aveva senso rispettare la proprietà e i sentimenti degli altri cani.**
Ở đó, việc tôn trọng tài sản và cảm xúc của những chú chó khác là điều hợp lý.
**Ma i Northland seguivano la legge del bastone e la legge della zanna.**
Nhưng vùng đất phía Bắc lại tuân theo luật dùi cui và luật nanh vuốt.
**Chiunque rispettasse i vecchi valori era uno sciocco e avrebbe fallito.**
Bất cứ ai tôn trọng các giá trị cũ ở đây đều là kẻ ngốc và sẽ thất bại.
**Buck non rifletté su tutto questo nella sua mente.**
Buck không hề lý giải tất cả những điều này trong đầu.
**Era in forma e quindi si adattò senza pensarci due volte.**

Anh ấy khỏe mạnh nên có thể điều chỉnh mà không cần phải suy nghĩ.
**In tutta la sua vita non era mai fuggito da una rissa.**
Trong suốt cuộc đời mình, ông chưa bao giờ chạy trốn khỏi một cuộc chiến.
**Ma la mazza di legno dell'uomo con il maglione rosso cambiò la regola.**
Nhưng cây dùi cui gỗ của người đàn ông mặc áo len đỏ đã thay đổi quy luật đó.
**Ora seguiva un codice più profondo e antico, inscritto nel suo essere.**
Bây giờ anh ấy tuân theo một quy tắc sâu sắc hơn, cũ kỹ hơn đã khắc sâu vào trong con người anh.
**Non rubava per piacere, ma per il dolore della fame.**
Anh ta không ăn cắp vì thích thú mà vì đau đớn vì đói.
**Non rubava mai apertamente, ma rubava con astuzia e attenzione.**
Ông không bao giờ cướp một cách công khai mà ăn cắp một cách xảo quyệt và cẩn thận.
**Agì per rispetto verso la clava di legno e per paura delle zanne.**
Anh ta hành động như vậy vì tôn trọng cây gậy gỗ và sợ nanh.
**In breve, ha fatto ciò che era più facile e sicuro che non farlo.**
Tóm lại, ông đã làm những gì dễ dàng và an toàn hơn là không làm gì cả.
**Il suo sviluppo, o forse il suo ritorno ai vecchi istinti, fu rapido.**
Sự phát triển của anh ấy—hay có lẽ là sự trở lại với bản năng cũ—diễn ra rất nhanh.
**I suoi muscoli si indurirono fino a diventare forti come il ferro.**
Cơ bắp của anh cứng lại cho đến khi chúng mạnh như sắt.
**Non gli importava più del dolore, a meno che non fosse grave.**
Anh ấy không còn quan tâm đến nỗi đau nữa, trừ khi đó là nỗi đau nghiêm trọng.
**Divenne efficiente dentro e fuori, senza sprecare nulla.**

Ông trở nên hiệu quả cả về bên trong lẫn bên ngoài, không lãng phí bất cứ thứ gì.

**Poteva mangiare cose disgustose, marce o difficili da digerire.**

Ông có thể ăn những thứ ghê tởm, thối rữa hoặc khó tiêu.

**Qualunque cosa mangiasse, il suo stomaco ne sfruttava ogni singolo pezzetto di valore.**

Bất kể anh ta ăn gì, dạ dày cũng sử dụng hết mọi thứ có giá trị.

**Il suo sangue trasportava i nutrienti in tutto il suo potente corpo.**

Máu của ông vận chuyển chất dinh dưỡng đi khắp cơ thể cường tráng của ông.

**Ciò gli ha permesso di sviluppare tessuti forti che gli hanno conferito un'incredibile resistenza.**

Điều này giúp xây dựng các mô khỏe mạnh mang lại cho anh sức bền đáng kinh ngạc.

**La sua vista e il suo olfatto diventarono molto più sensibili di prima.**

Thị giác và khứu giác của anh trở nên nhạy bén hơn trước rất nhiều.

**Il suo udito diventò così acuto che riusciva a percepire anche i suoni più deboli durante il sonno.**

Thính giác của ông trở nên nhạy bén đến mức ông có thể phát hiện ra những âm thanh yếu ớt trong lúc ngủ.

**Nei sogni sapeva se quei suoni significavano sicurezza o pericolo.**

Trong mơ, anh biết những âm thanh đó có nghĩa là an toàn hay nguy hiểm.

**Imparò a mordere con i denti il ghiaccio tra le dita dei piedi.**

Anh ấy đã học cách cắn băng giữa các ngón chân bằng răng.

**Se una pozza d'acqua si ghiacciava, lui rompeva il ghiaccio con le gambe.**

Nếu một vũng nước đóng băng, anh ta sẽ phá băng bằng chân của mình.

**Si impennò e colpì duramente il ghiaccio con gli arti anteriori rigidi.**

Anh ta đứng thẳng dậy và đập mạnh xuống băng bằng đôi chân trước cứng đờ.

**La sua abilità più sorprendente era quella di prevedere i cambiamenti del vento durante la notte.**

Khả năng nổi bật nhất của ông là dự đoán sự thay đổi của gió trong đêm.

**Anche quando l'aria era immobile, sceglieva luoghi riparati dal vento.**

Ngay cả khi không khí tĩnh lặng, ông vẫn chọn những nơi tránh gió.

**Ovunque scavasse il nido, il vento del giorno dopo lo superava.**

Bất cứ nơi nào nó đào tổ, cơn gió ngày hôm sau đều thổi ngang qua.

**Alla fine si ritrovava sempre al sicuro e protetto, al riparo dal vento.**

Anh ta luôn luôn ở nơi an toàn và được bảo vệ, khuất gió.

**Buck non solo imparò dall'esperienza: anche il suo istinto tornò.**

Buck không chỉ học được từ kinh nghiệm mà bản năng của anh cũng quay trở lại.

**Le abitudini delle generazioni addomesticate cominciarono a scomparire.**

Thói quen của các thế hệ thuần hóa bắt đầu mất đi.

**Ricordava vagamente i tempi antichi della sua razza.**

Ông mơ hồ nhớ lại thời xa xưa của giống nòi mình.

**Ripensò a quando i cani selvatici correvano in branco nelle foreste.**

Anh nhớ lại thời những con chó hoang chạy thành bầy xuyên qua rừng.

**Avevano inseguito e ucciso la loro preda mentre la inseguivano.**

Họ đã đuổi theo và giết chết con mồi trong khi truy đuổi.

**Per Buck fu facile imparare a combattere con forza e velocità.**

Buck có thể dễ dàng học cách chiến đấu bằng sức mạnh và tốc độ.

**Come i suoi antenati, usava tagli, squarci e schiocchi rapidi.**

Ông sử dụng các đòn cắt, chém và đập nhanh giống như tổ tiên của mình.

**Quegli antenati si risvegliarono in lui e risvegliarono la sua natura selvaggia.**

Những tổ tiên đó đã khuấy động bên trong anh và đánh thức bản chất hoang dã của anh.

**Le loro vecchie abilità gli erano state trasmesse attraverso la linea di sangue.**

Những kỹ năng cũ của họ đã được truyền vào anh thông qua dòng máu.

**Ora i loro trucchi erano suoi, senza bisogno di pratica o sforzo.**

Những mánh khóe của họ giờ đã là của anh, không cần phải luyện tập hay nỗ lực.

**Nelle notti fredde e tranquille, Buck sollevava il naso e ululò.**

Vào những đêm tĩnh lặng và lạnh giá, Buck hếch mũi lên và hú.

**Ululò a lungo e profondamente, come facevano i lupi tanto tempo fa.**

Anh ta tru lên một tiếng dài và sâu, giống như tiếng tru của loài sói từ lâu.

**Attraverso di lui, i suoi antenati defunti puntarono il naso e ululararono.**

Qua anh, tổ tiên đã khuất của anh hếch mũi và hú lên.

**Hanno ululato attraverso i secoli con la sua voce e la sua forma.**

Họ đã hú vang qua nhiều thế kỷ bằng giọng nói và hình dáng của ông.

**Le sue cadenze erano le loro, vecchi gridi che parlavano di dolore e di freddo.**

Nhịp điệu của ông cũng giống như họ, tiếng kêu cũ rích báo hiệu nỗi đau buồn và giá lạnh.

**Cantavano dell'oscurità, della fame e del significato dell'inverno.**

Họ hát về bóng tối, về cơn đói và ý nghĩa của mùa đông.

**Buck ha dimostrato come la vita sia plasmata da forze che vanno oltre noi stessi,**

Buck đã chứng minh rằng cuộc sống được định hình bởi những thế lực bên ngoài bản thân mình,

**l'antico canto risuonò nelle vene di Buck e si impadronì della sua anima.**

bài hát cổ xưa vang lên trong Buck và chiếm lấy tâm hồn anh.

**Ritrovò se stesso perché gli uomini avevano trovato l'oro nel Nord.**

Ông đã tìm thấy chính mình vì con người đã tìm thấy vàng ở phương Bắc.

**E lo trovò perché Manuel, l'aiutante giardiniere, aveva bisogno di soldi.**

Và anh đã tìm thấy chính mình vì Manuel, người phụ việc làm vườn, đang cần tiền.

## La Bestia Primordiale Dominante
### Quái thú nguyên thủy thống trị

**La bestia primordiale dominante era più forte che mai in Buck.**
Con thú nguyên thủy thống trị vẫn mạnh mẽ như thường lệ trong Buck.
**Ma la bestia primordiale dominante era rimasta dormiente in lui.**
Nhưng con thú nguyên thủy thống trị vẫn ẩn núp bên trong anh ta.
**La vita sui sentieri era dura, ma rafforzava la bestia che era in Buck.**
Cuộc sống trên đường mòn thật khắc nghiệt, nhưng nó đã tôi luyện nên con thú bên trong Buck.
**Segretamente la bestia diventava sempre più forte ogni giorno.**
Con thú này ngày càng mạnh mẽ hơn một cách bí ẩn.
**Ma quella crescita interiore è rimasta nascosta al mondo esterno.**
Nhưng sự phát triển bên trong đó vẫn ẩn giấu với thế giới bên ngoài.
**Una forza primordiale calma e silenziosa si stava formando dentro Buck.**
Một sức mạnh nguyên thủy yên tĩnh và tĩnh lặng đang hình thành bên trong Buck.
**Una nuova astuzia diede a Buck equilibrio, calma e compostezza.**
Sự khôn ngoan mới mang lại cho Buck sự cân bằng, khả năng kiểm soát bình tĩnh và điềm đạm.
**Buck si concentrò molto sull'adattamento, senza mai sentirsi completamente rilassato.**
Buck tập trung hết sức vào việc thích nghi và không bao giờ cảm thấy hoàn toàn thư giãn.
**Evitava i conflitti, non iniziava mai litigi e non cercava mai guai.**

Ông tránh xung đột, không bao giờ gây gổ hay tìm kiếm rắc rối.

**Ogni mossa di Buck era scandita da una riflessione lenta e costante.**

Một sự chu đáo chậm rãi, vững chắc định hình từng hành động của Buck.

**Evitava scelte avventate e decisioni improvvise e sconsiderate.**

Ông tránh những lựa chọn hấp tấp và những quyết định đột ngột, liều lĩnh.

**Sebbene Buck odiasse profondamente Spitz, non gli mostrò alcuna aggressività.**

Mặc dù Buck rất ghét Spitz, nhưng anh không hề tỏ ra hung dữ.

**Buck non provocò mai Spitz e mantenne le sue azioni moderate.**

Buck không bao giờ khiêu khích Spitz và luôn kiềm chế hành động của mình.

**Spitz, d'altro canto, percepì il pericolo crescente in Buck.**

Ngược lại, Spitz cảm nhận được mối nguy hiểm đang gia tăng ở Buck.

**Vedeva Buck come una minaccia e una seria sfida al suo potere.**

Ông coi Buck là mối đe dọa và là thách thức nghiêm trọng đối với quyền lực của mình.

**Coglieva ogni occasione per ringhiare e mostrare i suoi denti aguzzi.**

Anh ta tận dụng mọi cơ hội để gầm gừ và phô hàm răng sắc nhọn của mình.

**Stava cercando di dare inizio allo scontro mortale che sarebbe dovuto avvenire.**

Anh ta đang cố gắng bắt đầu cuộc chiến chết chóc sắp xảy ra.

**All'inizio del viaggio, tra loro scoppiò quasi una lite.**

Vào đầu chuyến đi, một cuộc ẩu đả gần như đã xảy ra giữa họ.

**Ma un incidente inaspettato impedì che il combattimento avesse luogo.**

Nhưng một tai nạn bất ngờ đã khiến cuộc chiến phải dừng lại.

**Quella sera si accamparono sul gelido lago Le Barge.**
Tối hôm đó, họ dựng trại trên hồ Le Barge lạnh buốt.
**La neve cadeva fitta e il vento era tagliente come una lama.**
Tuyết rơi dày và gió cắt như dao.
**La notte era scesa troppo in fretta e l'oscurità li aveva avvolti.**
Đêm đã đến quá nhanh và bóng tối bao trùm lấy họ.
**Difficilmente avrebbero potuto scegliere un posto peggiore per riposare.**
Họ khó có thể chọn một nơi nào tệ hơn để nghỉ ngơi.
**I cani cercavano disperatamente un posto dove sdraiarsi.**
Những chú chó tuyệt vọng tìm kiếm một nơi để nằm xuống.
**Dietro il piccolo gruppo si ergeva un'alta parete rocciosa.**
Một bức tường đá cao dựng đứng phía sau nhóm nhỏ này.
**Per alleggerire il carico, la tenda era stata lasciata a Dyea.**
Chiếc lều đã được để lại ở Dyea để giảm tải.
**Non avevano altra scelta che accendere il fuoco direttamente sul ghiaccio.**
Họ không còn lựa chọn nào khác ngoài việc nhóm lửa trên chính băng.
**Stendevano i loro accappatoi direttamente sul lago ghiacciato.**
Họ trải áo ngủ trực tiếp xuống mặt hồ đóng băng.
**Qualche pezzo di legno galleggiante dava loro un po' di fuoco.**
Một vài thanh gỗ trôi dạt có thể giúp họ nhóm lửa.
**Ma il fuoco è stato acceso sul ghiaccio e attraverso di esso si è scongelato.**
Nhưng ngọn lửa được nhóm lên trên băng và tan chảy qua băng.
**Alla fine cenarono al buio.**
Cuối cùng họ ăn tối trong bóng tối.
**Buck si rannicchiò accanto alla roccia, al riparo dal vento freddo.**
Buck cuộn mình bên cạnh tảng đá, tránh xa cơn gió lạnh.
**Il posto era così caldo e sicuro che Buck non voleva andarsene.**
Nơi này ấm áp và an toàn đến nỗi Buck ghét phải rời đi.

**Ma François aveva scaldato il pesce e stava distribuendo le razioni.**
Nhưng François đã hâm nóng cá và phát khẩu phần ăn.
**Buck finì di mangiare in fretta e tornò a letto.**
Buck ăn xong một cách nhanh chóng và quay trở lại giường.
**Ma Spitz ora giaceva dove Buck aveva preparato il suo letto.**
Nhưng Spitz lúc này lại nằm ở nơi Buck đã nằm.
**Un ringhio basso avvertì Buck che Spitz si rifiutava di muoversi.**
Một tiếng gầm gừ nhỏ cảnh báo Buck rằng Spitz từ chối di chuyển.
**Finora Buck aveva evitato lo scontro con Spitz.**
Cho đến bây giờ, Buck vẫn tránh được cuộc chiến này với Spitz.
**Ma nel profondo di Buck la bestia alla fine si liberò.**
Nhưng sâu thẳm bên trong Buck, con thú cuối cùng đã vùng thoát.
**Il furto del suo posto letto era troppo da tollerare.**
Việc mất cắp chỗ ngủ của anh ấy là điều không thể chấp nhận được.
**Buck si lanciò contro Spitz, pieno di rabbia e furore.**
Buck lao vào Spitz, đầy tức giận và phẫn nộ.
**Fino a quel momento Spitz aveva pensato che Buck fosse solo un grosso cane.**
Cho đến tận bây giờ Spitz vẫn nghĩ Buck chỉ là một chú chó lớn.
**Non pensava che Buck fosse sopravvissuto grazie al suo spirito.**
Anh không nghĩ Buck có thể sống sót nhờ vào tinh thần của anh.
**Si aspettava paura e codardia, non furia e vendetta.**
Ông mong đợi sự sợ hãi và hèn nhát chứ không phải sự giận dữ và trả thù.
**François rimase a guardare mentre entrambi i cani schizzavano fuori dal nido in rovina.**
François nhìn chằm chằm khi cả hai con chó lao ra khỏi tổ bị phá hủy.

**Capì subito cosa aveva scatenato quella violenta lotta.**
Anh ta hiểu ngay lý do dẫn đến cuộc đấu tranh dữ dội này.
**"Aa-ah!" gridò François in sostegno del cane marrone.**
"Aa-ah!" François hét lên để ủng hộ chú chó nâu.
**"Dategli una bella lezione! Per Dio, punite quel ladro furbo!"**
"Đánh cho hắn một trận! Trời ơi, trừng phạt tên trộm gian xảo này!"
**Spitz dimostrò altrettanta prontezza e fervore nel combattere.**
Spitz cũng thể hiện sự sẵn sàng và háo hức chiến đấu mãnh liệt.
**Gridò di rabbia mentre girava velocemente in tondo, cercando un varco.**
Anh ta hét lên trong cơn thịnh nộ trong khi di chuyển vòng tròn nhanh chóng, tìm kiếm một khoảng trống.
**Buck mostrò la stessa fame di combattere e la stessa cautela.**
Buck cũng thể hiện sự khao khát chiến đấu và sự thận trọng như vậy.
**Anche lui girò intorno al suo avversario, cercando di avere la meglio nella battaglia.**
Anh ta cũng bao quanh đối thủ của mình, cố gắng giành thế thượng phong trong trận chiến.
**Poi accadde qualcosa di inaspettato e cambiò tutto.**
Sau đó, một điều bất ngờ đã xảy ra và thay đổi mọi thứ.
**Quel momento ritardò l'eventuale lotta per la leadership.**
Khoảnh khắc đó đã trì hoãn cuộc chiến giành quyền lãnh đạo sau này.
**Ci sarebbero ancora molti chilometri di sentiero e di lotta da percorrere prima della fine.**
Nhiều dặm đường mòn và sự đấu tranh vẫn đang chờ đợi trước khi đến đích.
**Perrault urlò un'imprecazione mentre una mazza colpiva l'osso.**
Perrault hét lên lời thề khi một chiếc dùi cui đập vào xương.
**Seguì un acuto grido di dolore, poi il caos esplose tutt'intorno.**

Một tiếng thét đau đớn vang lên, sau đó hỗn loạn bùng nổ khắp nơi.

**Forme scure si muovevano nell'accampamento: husky selvatici, affamati e feroci.**

Những bóng đen di chuyển trong trại; những chú chó husky hoang dã, đói khát và hung dữ.

**Quattro o cinque dozzine di husky avevano fiutato l'accampamento da molto lontano.**

Bốn hoặc năm chục con chó husky đã đánh hơi khu trại từ xa.

**Si erano introdotti furtivamente mentre i due cani litigavano lì vicino.**

Họ đã lặng lẽ lẻn vào trong khi hai con chó đang đánh nhau gần đó.

**François e Perrault si lanciarono all'attacco, colpendo con i manganelli gli invasori.**

François và Perrault lao tới, vung gậy vào những kẻ xâm lược.

**Gli husky affamati mostrarono i denti e si dibatterono freneticamente.**

Những chú chó husky đói khát nhe răng và chống trả dữ dội.

**L'odore della carne e del pane li aveva fatti superare ogni paura.**

Mùi thịt và bánh mì đã giúp họ vượt qua mọi nỗi sợ hãi.

**Perrault picchiò un cane che aveva nascosto la testa nella buca delle vivande.**

Perrault đánh một con chó đã vùi đầu vào hộp đựng thức ăn.

**Il colpo fu violento e la scatola si ribaltò, facendo fuoriuscire il cibo.**

Cú đánh rất mạnh khiến chiếc hộp lật ngược lại, thức ăn đổ ra ngoài.

**Nel giro di pochi secondi, una ventina di bestie feroci si avventarono sul pane e sulla carne.**

Chỉ trong vài giây, hàng chục con thú dữ đã xé nát ổ bánh mì và thịt.

**I bastoni degli uomini sferrarono un colpo dopo l'altro, ma nessun cane si allontanò.**

Những cây gậy của đàn ông liên tục giáng xuống những đòn đánh, nhưng không có con chó nào quay đi.

**Urlavano di dolore, ma continuarono a lottare finché non rimase più cibo.**
Họ hú lên vì đau đớn nhưng vẫn chiến đấu cho đến khi không còn thức ăn.

**Nel frattempo i cani da slitta erano saltati giù dalle loro culle innevate.**
Trong khi đó, những chú chó kéo xe đã nhảy ra khỏi lớp tuyết phủ của chúng.

**Furono immediatamente attaccati dai feroci e affamati husky.**
Họ ngay lập tức bị tấn công bởi những chú chó husky hung dữ và đói khát.

**Buck non aveva mai visto prima creature così selvagge e affamate.**
Buck chưa bao giờ nhìn thấy những sinh vật hoang dã và đói khát như vậy.

**La loro pelle pendeva flaccida, nascondendo a malapena lo scheletro.**
Da của họ hở ra, gần như không thể che giấu bộ xương.

**C'era un fuoco nei loro occhi, per fame e follia**
Có một ngọn lửa trong mắt họ, vì đói và điên cuồng

**Non c'era modo di fermarli, di resistere al loro assalto selvaggio.**
Không có cách nào ngăn cản chúng; không thể chống lại sự lao tới dữ dội của chúng.

**I cani da slitta vennero spinti indietro e premuti contro la parete della scogliera.**
Những chú chó kéo xe bị đẩy lùi, ép vào vách đá.

**Tre husky attaccarono Buck contemporaneamente, lacerandogli la carne.**
Ba con chó husky tấn công Buck cùng một lúc, xé xác cậu.

**Il sangue gli colava dalla testa e dalle spalle, dove era stato tagliato.**
Máu chảy ra từ đầu và vai anh, nơi anh bị cắt.

**Il rumore riempì l'accampamento: ringhi, guaiti e grida di dolore.**

Tiếng ồn tràn ngập khắp trại: tiếng gầm gừ, tiếng la hét và tiếng kêu đau đớn.

**Billee pianse forte, come al solito, presa dal panico e dalla mischia.**

Billee khóc lớn như thường lệ, bị cuốn vào cuộc hỗn chiến và hoảng loạn.

**Dave e Solleks rimasero fianco a fianco, sanguinanti ma con aria di sfida.**

Dave và Solleks đứng cạnh nhau, máu chảy nhưng vẫn kiên cường.

**Joe lottava come un demonio, mordendo tutto ciò che gli si avvicinava.**

Joe chiến đấu như một con quỷ, cắn bất cứ thứ gì đến gần.

**Con un violento schiocco di mascelle schiacciò la zampa di un husky.**

Anh ta nghiền nát chân của một con chó husky chỉ bằng một cú cắn mạnh mẽ.

**Pike saltò sull'husky ferito e gli ruppe il collo all'istante.**

Pike nhảy lên con chó husky bị thương và bẻ gãy cổ nó ngay lập tức.

**Buck afferrò un husky per la gola e gli strappò la vena.**

Buck tóm lấy cổ họng một con chó husky và xé toạc tĩnh mạch.

**Il sangue schizzò e il sapore caldo mandò Buck in delirio.**

Máu phun ra, và hương vị ấm áp khiến Buck trở nên điên cuồng.

**Si lanciò contro un altro aggressore senza esitazione.**

Anh ta lao vào kẻ tấn công khác mà không chút do dự.

**Nello stesso momento, denti aguzzi si conficcarono nella gola di Buck.**

Cùng lúc đó, hàm răng sắc nhọn cắm vào cổ họng Buck.

**Spitz aveva colpito di lato, attaccando senza preavviso.**

Spitz đã tấn công từ bên cạnh mà không báo trước.

**Perrault e François avevano sconfitto i cani rubando il cibo.**

Perrault và François đã đánh bại được lũ chó ăn trộm thức ăn.

**Ora si precipitarono ad aiutare i loro cani a respingere gli aggressori.**

Bây giờ họ vội vã chạy đến giúp chó của mình chống trả lại kẻ tấn công.

**I cani affamati si ritirarono mentre gli uomini roteavano i loro manganelli.**

Những con chó đói lùi lại khi những người đàn ông vung dùi cui.

**Buck riuscì a liberarsi dall'attacco, ma la fuga fu breve.**

Buck thoát khỏi cuộc tấn công, nhưng chỉ thoát được trong chốc lát.

**Gli uomini corsero a salvare i loro cani e gli husky tornarono ad attaccarli.**

Những người đàn ông chạy đi cứu chó của họ, và đàn chó husky lại kéo đến.

**Billee, spaventato e coraggioso, si lanciò nel branco di cani.**

Billee, sợ hãi đến mức can đảm, nhảy vào bầy chó.

**Ma poi fuggì attraverso il ghiaccio, in preda al terrore e al panico.**

Nhưng sau đó anh ta bỏ chạy qua băng trong sự sợ hãi và hoảng loạn tột độ.

**Pike e Dub li seguirono da vicino, correndo per salvarsi la vita.**

Pike và Dub chạy theo sát phía sau để thoát thân.

**Il resto della squadra si disperse e li inseguì.**

Phần còn lại của đội tan rã và tản ra, đuổi theo họ.

**Buck raccolse le forze per correre, ma poi vide un lampo.**

Buck cố gắng tập trung sức lực để chạy, nhưng rồi nhìn thấy một tia sáng.

**Spitz si lanciò verso Buck, cercando di buttarlo a terra.**

Spitz lao vào bên cạnh Buck, cố gắng vật anh ta xuống đất.

**Sotto quella banda di husky, Buck non avrebbe avuto scampo.**

Với bầy chó husky đó, Buck sẽ không có lối thoát.

**Ma Buck rimase fermo e si preparò al colpo di Spitz.**

Nhưng Buck vẫn đứng vững và chuẩn bị đón nhận cú đánh của Spitz.

**Poi si voltò e corse sul ghiaccio con la squadra in fuga.**

Sau đó, anh ta quay người và chạy ra sân băng cùng với đội đang bỏ chạy.

**Più tardi i nove cani da slitta si radunarono al riparo del bosco.**
Sau đó, chín chú chó kéo xe tập trung tại nơi trú ẩn trong rừng.
**Nessuno li inseguiva più, ma erano malconci e feriti.**
Không còn ai đuổi theo họ nữa, nhưng họ đã bị đánh đập và bị thương.
**Ogni cane presentava delle ferite: quattro o cinque tagli profondi su ogni corpo.**
Mỗi con chó đều có vết thương; bốn hoặc năm vết cắt sâu trên cơ thể.
**Dub aveva una zampa posteriore ferita e ora faceva fatica a camminare.**
Dub bị thương ở chân sau và hiện đang gặp khó khăn khi đi lại.
**Dolly, l'ultimo cane arrivato da Dyea, aveva la gola tagliata.**
Dolly, chú chó mới nhất từ Dyea, bị cắt cổ họng.
**Joe aveva perso un occhio e l'orecchio di Billee era stato tagliato a pezzi**
Joe đã mất một mắt, và tai của Billee đã bị cắt thành từng mảnh
**Tutti i cani piansero per il dolore e la sconfitta durante la notte.**
Tất cả các chú chó đều kêu khóc vì đau đớn và thất bại suốt đêm.
**All'alba tornarono lentamente all'accampamento, doloranti e distrutti.**
Lúc rạng sáng, họ lê bước trở về trại, đau nhức và mệt mỏi.
**Gli husky erano scomparsi, ma il danno era fatto.**
Những chú chó husky đã biến mất, nhưng thiệt hại thì đã xảy ra.
**Perrault e François erano di pessimo umore e osservavano le rovine.**

Perrault và François đứng trong tâm trạng bực bội khi nhìn thấy đống đổ nát.

**Metà del cibo era sparito, rubato dai ladri affamati.**

Một nửa số thức ăn đã biến mất, bị những tên trộm đói khát cướp mất.

**Gli husky avevano strappato le corde e la tela della slitta.**

Lũ chó husky đã xé toạc dây buộc và vải bạt của xe trượt tuyết.

**Tutto ciò che aveva odore di cibo era stato divorato completamente.**

Bất cứ thứ gì có mùi thức ăn đều bị ăn hết.

**Mangiarono un paio di stivali da viaggio in pelle di alce di Perrault.**

Họ đã ăn một đôi giày đi du lịch bằng da nai của Perrault.

**Hanno masticato le pelli e rovinato i cinturini rendendoli inutilizzabili.**

Họ nhai dây da và làm hỏng dây đeo đến mức không thể sử dụng được.

**François smise di fissare la frusta strappata per controllare i cani.**

François ngừng nhìn chằm chằm vào sợi roi rách để kiểm tra lũ chó.

**«Ah, amici miei», disse con voce bassa e preoccupata.**

"Ồ, bạn của tôi," anh nói, giọng nói trầm và đầy lo lắng.

**"Forse tutti questi morsi vi trasformeranno in bestie pazze."**

"Có lẽ tất cả những vết cắn này sẽ biến bạn thành những con thú điên cuồng."

**"Forse tutti cani rabbiosi, sacredam! Che ne pensi, Perrault?"**

"Có lẽ tất cả đều là chó điên, thánh thần ơi! Anh nghĩ sao, Perrault?"

**Perrault scosse la testa, con gli occhi scuri per la preoccupazione e la paura.**

Perrault lắc đầu, đôi mắt tối sầm lại vì lo lắng và sợ hãi.

**C'erano ancora quattrocento miglia tra loro e Dawson.**

Vẫn còn khoảng cách bốn trăm dặm giữa họ và Dawson.

**La follia dei cani potrebbe ormai distruggere ogni possibilità di sopravvivenza.**

Sự điên cuồng của loài chó hiện nay có thể phá hủy mọi cơ hội sống sót.

**Hanno passato due ore a imprecare e a cercare di riparare l'attrezzatura.**

Họ mất hai giờ để chửi thề và cố gắng sửa chữa thiết bị.

**La squadra ferita alla fine lasciò l'accampamento, distrutta e sconfitta.**

Cuối cùng, đội bị thương phải rời khỏi trại trong tâm trạng tan vỡ và thất bại.

**Questo è stato il sentiero più duro finora e ogni passo è stato doloroso.**

Đây là con đường khó khăn nhất từ trước đến nay và mỗi bước đi đều đau đớn.

**Il fiume Thirty Mile non era ghiacciato e scorreva impetuoso.**

Sông Thirty Mile chưa đóng băng và đang chảy xiết.

**Soltanto nei punti calmi e nei vortici il ghiaccio riusciva a resistere.**

Chỉ ở những nơi yên tĩnh và có dòng nước xoáy thì băng mới có thể giữ được.

**Trascorsero sei giorni di duro lavoro per percorrere le trenta miglia.**

Sáu ngày lao động khổ sai đã trôi qua cho đến khi hoàn thành được ba mươi dặm.

**Ogni miglio del sentiero porta con sé pericoli e minacce di morte.**

Mỗi dặm đường mòn đều mang đến nguy hiểm và đe dọa đến tính mạng.

**Uomini e cani rischiavano la vita a ogni passo doloroso.**

Những người đàn ông và chó đều liều mạng sống của mình với mỗi bước đi đau đớn.

**Perrault riuscì a superare i sottili ponti di ghiaccio una dozzina di volte.**

Perrault đã phá vỡ những cây cầu băng mỏng hàng chục lần.

**Prese un palo e lo lasciò cadere nel buco creato dal suo corpo.**

Anh ta cầm một cây sào và thả nó rơi ngang qua cái lỗ do cơ thể anh ta tạo ra.

**Quel palo salvò Perrault più di una volta dall'annegamento.**
Chiếc sào đó đã không chỉ một lần cứu Perrault khỏi chết đuối.

**L'ondata di freddo persisteva, la temperatura era di cinquanta gradi sotto zero.**
Thời tiết lạnh giá vẫn tiếp diễn, nhiệt độ không khí là âm năm mươi độ.

**Ogni volta che cadeva, Perrault era costretto ad accendere un fuoco per sopravvivere.**
Mỗi lần rơi xuống nước, Perrault phải đốt lửa để sống sót.

**Gli abiti bagnati si congelavano rapidamente, perciò li faceva asciugare vicino al calore cocente.**
Quần áo ướt đông cứng rất nhanh nên anh phải phơi chúng gần nơi có nhiệt độ cao.

**Perrault non provava mai paura, e questo faceva di lui un corriere.**
Không một nỗi sợ hãi nào có thể chạm tới Perrault, và điều đó đã biến anh thành một người đưa tin.

**Fu scelto per affrontare il pericolo e lo affrontò con silenziosa determinazione.**
Anh được chọn để đương đầu với nguy hiểm, và anh đã đón nhận nó bằng sự quyết tâm thầm lặng.

**Si spinse in avanti controvento, con il viso raggrinzito e congelato.**
Ông ta tiến về phía trước trong gió, khuôn mặt nhăn nheo và cóng lạnh.

**Perrault li guidò in avanti dall'alba al tramonto.**
Từ lúc rạng đông cho đến lúc đêm xuống, Perrault dẫn họ tiến lên.

**Camminava sul ghiaccio sottile che scricchiolava a ogni passo.**
Anh ta bước đi trên vành băng hẹp, nứt ra sau mỗi bước chân.

**Non osavano fermarsi: ogni pausa rischiava di provocare un crollo mortale.**

Họ không dám dừng lại - mỗi lần dừng lại đều có nguy cơ ngã gục chết người.
**Una volta la slitta si ruppe, trascinando dentro Dave e Buck.**
Có lần chiếc xe trượt tuyết bị rơi xuống, kéo Dave và Buck vào trong.
**Quando furono liberati, entrambi erano quasi congelati.**
Khi họ được kéo ra, cả hai đều gần như bị đông cứng.
**Gli uomini accesero rapidamente un fuoco per salvare Buck e Dave.**
Những người đàn ông nhanh chóng nhóm lửa để giữ cho Buck và Dave sống sót.
**I cani erano ricoperti di ghiaccio dal naso alla coda, rigidi come legno intagliato.**
Những con chó bị phủ đầy băng từ mũi đến đuôi, cứng đờ như gỗ chạm khắc.
**Gli uomini li fecero correre in cerchio vicino al fuoco per scongelarne i corpi.**
Những người đàn ông chạy chúng theo vòng tròn gần lửa để rã đông cơ thể.
**Si avvicinarono così tanto alle fiamme che la loro pelliccia rimase bruciacchiata.**
Họ đến gần ngọn lửa đến nỗi lông của họ bị cháy xém.
**Spitz ruppe poi il ghiaccio, trascinando dietro di sé la squadra.**
Spitz tiếp tục phá vỡ lớp băng, kéo theo cả đội phía sau mình.
**La frenata arrivava fino al punto in cui Buck stava tirando.**
Lực phanh kéo dài tới tận chỗ Buck đang kéo.
**Buck si appoggiò bruscamente allo schienale, con le zampe che scivolavano e tremavano sul bordo.**
Buck ngả người mạnh về phía sau, bàn chân trượt đi và run rẩy ở mép.
**Anche Dave si sforzò all'indietro, proprio dietro Buck sulla linea.**
Dave cũng căng người về phía sau, ngay sau Buck trên vạch đích.
**François tirava la slitta e i suoi muscoli scricchiolavano per lo sforzo.**

François kéo xe trượt tuyết, cơ bắp của anh kêu răng rắc vì gắng sức.
**Un'altra volta, il ghiaccio del bordo si è crepato davanti e dietro la slitta.**
Một lần khác, vành băng nứt ra trước và sau xe trượt tuyết.
**Non avevano altra via d'uscita se non quella di arrampicarsi su una parete ghiacciata.**
Họ không còn cách nào khác ngoài việc trèo lên vách đá đóng băng.
**In qualche modo Perrault riuscì a scalare il muro: un miracolo lo tenne in vita.**
Bằng cách nào đó Perrault đã trèo được lên tường; một phép màu đã giúp anh sống sót.
**François rimase sottocoperta, pregando che gli capitasse la stessa fortuna.**
François ở lại bên dưới, cầu nguyện để có được may mắn tương tự.
**Legarono ogni cinghia, legatura e tirante in un'unica lunga corda.**
Họ buộc tất cả dây đai, dây buộc và dây thừng thành một sợi dây dài.
**Gli uomini trascinarono i cani uno alla volta fino in cima.**
Những người đàn ông kéo từng con chó lên đỉnh, từng con một.
**François salì per ultimo, dopo la slitta e tutto il carico.**
François là người leo cuối cùng, sau chiếc xe trượt tuyết và toàn bộ hàng hóa.
**Poi iniziò una lunga ricerca di un sentiero che scendesse dalle scogliere.**
Sau đó bắt đầu cuộc tìm kiếm đường đi xuống từ vách đá.
**Alla fine scesero utilizzando la stessa corda che avevano costruito.**
Cuối cùng họ đi xuống bằng chính sợi dây họ đã làm.
**Scese la notte mentre tornavano al letto del fiume, esausti e doloranti.**
Đêm xuống khi họ trở lại lòng sông, kiệt sức và đau nhức.

**Avevano impiegato un giorno intero per percorrere solo un quarto di miglio.**
Họ phải mất cả một ngày để đi được chỉ một phần tư dặm.
**Quando giunsero all'Hootalinqua, Buck era sfinito.**
Khi họ đến Hootalinqua, Buck đã kiệt sức.
**Anche gli altri cani soffrivano le stesse condizioni del sentiero.**
Những con chó khác cũng bị ảnh hưởng nghiêm trọng vì điều kiện đường mòn.
**Ma Perrault aveva bisogno di recuperare tempo e li spingeva avanti giorno dopo giorno.**
Nhưng Perrault cần phải dành thời gian và thúc đẩy họ làm việc mỗi ngày.
**Il primo giorno percorsero trenta miglia fino a Big Salmon.**
Ngày đầu tiên họ đi ba mươi dặm đến Big Salmon.
**Il giorno dopo percorsero trentacinque miglia fino a Little Salmon.**
Ngày hôm sau họ đi ba mươi lăm dặm đến Little Salmon.
**Il terzo giorno percorsero quaranta miglia ghiacciate.**
Vào ngày thứ ba, họ đã đi qua bốn mươi dặm đường dài đóng băng.
**A quel punto si stavano avvicinando all'insediamento di Five Fingers.**
Khi đó, họ đã gần đến khu định cư Five Fingers.

**I piedi di Buck erano più morbidi di quelli duri degli husky autoctoni.**
Bàn chân của Buck mềm mại hơn bàn chân cứng của loài chó husky bản địa.
**Le sue zampe erano diventate tenere nel corso di molte generazioni civilizzate.**
Bàn chân của ông đã trở nên mềm mại hơn qua nhiều thế hệ văn minh.
**Molto tempo fa, i suoi antenati erano stati addomesticati dagli uomini del fiume o dai cacciatori.**
Ngày xưa, tổ tiên của ông đã được thuần hóa bởi những người dân ven sông hoặc thợ săn.

**Ogni giorno Buck zoppicava per il dolore, camminando con le zampe screpolate e doloranti.**
Ngày nào Buck cũng khập khiễng vì đau đớn, bước đi trên đôi bàn chân đau nhức, thô ráp.
**Giunto all'accampamento, Buck cadde come un corpo senza vita sulla neve.**
Tại trại, Buck ngã xuống như một xác chết trên tuyết.
**Sebbene fosse affamato, Buck non si alzò per consumare il pasto serale.**
Mặc dù rất đói, Buck vẫn không đứng dậy để ăn bữa tối.
**François portò la sua razione a Buck, mettendogli del pesce vicino al muso.**
François mang khẩu phần ăn của mình đến cho Buck, đặt con cá cạnh mõm nó.
**Ogni notte l'autista massaggiava i piedi di Buck per mezz'ora.**
Mỗi đêm, người lái xe xoa bóp chân cho Buck trong nửa giờ.
**François arrivò persino a tagliare i suoi mocassini per farne delle calzature per cani.**
François thậm chí còn tự cắt giày moccasin của mình để làm giày cho chó.
**Quattro scarpe calde diedero a Buck un grande e gradito sollievo.**
Bốn chiếc giày ấm áp mang lại cho Buck cảm giác thoải mái và dễ chịu.
**Una mattina François dimenticò le scarpe e Buck si rifiutò di alzarsi.**
Một buổi sáng, François quên mang giày và Buck từ chối đứng dậy.
**Buck giaceva sulla schiena, con i piedi in aria, e li agitava in modo pietoso.**
Buck nằm ngửa, hai chân giơ lên cao, vẫy vẫy một cách đáng thương.
**Persino Perrault sorrise alla vista dell'appello drammatico di Buck.**
Ngay cả Perrault cũng cười toe toét khi chứng kiến lời cầu xin đầy kịch tính của Buck.

**Ben presto i piedi di Buck diventarono duri e le scarpe poterono essere tolte.**
Chẳng bao lâu sau, chân Buck trở nên cứng lại và đôi giày có thể bỏ đi.
**A Pelly, durante il periodo in cui veniva imbrigliata, Dolly emise un ululato terribile.**
Ở Pelly, trong thời gian kéo dây cương, Dolly hú lên một tiếng kinh hoàng.
**Il grido era lungo e pieno di follia, e fece tremare tutti i cani.**
Tiếng kêu kéo dài và đầy sự điên cuồng, khiến cả con chó cũng phải run sợ.
**Ogni cane si rizzava per la paura, senza capirne il motivo.**
Mỗi con chó đều dựng đứng lên vì sợ hãi mà không biết lý do.
**Dolly era impazzita e si era scagliata contro Buck.**
Dolly đã phát điên và lao thẳng vào Buck.
**Buck non aveva mai visto la follia, ma l'orrore gli riempì il cuore.**
Buck chưa bao giờ chứng kiến cảnh điên loạn, nhưng nỗi kinh hoàng tràn ngập trái tim anh.
**Senza pensarci due volte, si voltò e fuggì in preda al panico più assoluto.**
Không chút suy nghĩ, anh ta quay người và bỏ chạy trong sự hoảng loạn tột độ.
**Dolly lo inseguì, con gli occhi selvaggi e la saliva che le colava dalle fauci.**
Dolly đuổi theo anh ta, mắt trợn trừng, nước bọt chảy ra từ hàm.
**Si tenne sempre dietro a Buck, senza mai guadagnare terreno e senza mai indietreggiare.**
Cô luôn bám sát Buck, không bao giờ tiến lên và cũng không bao giờ tụt lại phía sau.
**Buck corse attraverso i boschi, giù per l'isola, sul ghiaccio frastagliato.**
Buck chạy qua rừng, xuống đảo, băng qua lớp băng gồ ghề.
**Attraversò un'isola, poi un'altra, per poi tornare indietro verso il fiume.**

Anh ta băng qua một hòn đảo, rồi một hòn đảo khác, rồi vòng trở lại bờ sông.

**Dolly continuava a inseguirlo, ringhiando sempre più forte a ogni passo.**

Dolly vẫn đuổi theo anh ta, tiếng gầm gừ của cô ta vang lên sát sau mỗi bước đi.

**Buck poteva sentire il suo respiro e la sua rabbia, anche se non osava voltarsi indietro.**

Buck có thể nghe thấy hơi thở và cơn thịnh nộ của cô, mặc dù anh không dám quay lại nhìn.

**François gridò da lontano e Buck si voltò verso la voce.**

François hét lên từ xa, và Buck quay về phía phát ra giọng nói.

**Ancora senza fiato, Buck corse oltre, riponendo ogni speranza in François.**

Vẫn thở hổn hển, Buck chạy qua, đặt mọi hy vọng vào François.

**Il conducente del cane sollevò un'ascia e aspettò che Buck gli passasse accanto.**

Người đánh xe chó giơ rìu lên và đợi Buck bay qua.

**L'ascia calò rapidamente e colpì la testa di Dolly con forza mortale.**

Chiếc rìu lao xuống nhanh chóng và đập vào đầu Dolly với lực mạnh chết người.

**Buck crollò vicino alla slitta, ansimando e incapace di muoversi.**

Buck ngã gục gần chiếc xe trượt tuyết, thở khò khè và không thể di chuyển.

**Quel momento diede a Spitz la possibilità di colpire un nemico esausto.**

Khoảnh khắc đó đã mang đến cho Spitz cơ hội tấn công một đối thủ đã kiệt sức.

**Morse Buck due volte, strappandogli la carne fino all'osso bianco.**

Anh ta cắn Buck hai lần, xé thịt Buck ra chỉ còn lại xương trắng.

**La frusta di François schioccò, colpendo Spitz con tutta la sua forza, con furia.**

Roi của François quất mạnh vào Spitz với sức mạnh dữ dội.
**Buck guardò con gioia Spitz mentre riceveva il pestaggio più duro fino a quel momento.**
Buck vui mừng khi chứng kiến Spitz bị đánh đòn một cách dã man nhất từ trước đến nay.
**«È un diavolo, quello Spitz», borbottò Perrault tra sé e sé.**
"Hắn là một con quỷ, tên Spitz đó," Perrault lẩm bẩm một mình.
**"Un giorno o l'altro, quel cane maledetto ucciderà Buck, lo giuro."**
"Một ngày nào đó không xa, con chó đáng nguyền rủa đó sẽ giết Buck — tôi thề đấy."
**«Quel Buck ha due diavoli dentro di sé», rispose François annuendo.**
"Con Buck đó có hai con quỷ trong người," François đáp lại bằng một cái gật đầu.
**"Quando osservo Buck, so che dentro di lui si cela qualcosa di feroce."**
"Khi tôi quan sát Buck, tôi biết có điều gì đó dữ dội đang chờ đợi bên trong cậu ấy."
**"Un giorno, si infurierà come il fuoco e farà a pezzi Spitz."**
"Một ngày nào đó, hắn sẽ nổi giận và xé xác Spitz ra từng mảnh."
**"Masticherà quel cane e lo sputerà sulla neve ghiacciata."**
"Anh ta sẽ nhai con chó đó và nhổ nó lên tuyết đóng băng."
**"Certo, lo so fin nel profondo."**
"Chắc chắn rồi, tôi biết điều này sâu trong xương tủy mình."
**Da quel momento in poi, i due cani furono in guerra tra loro.**
Từ thời điểm đó trở đi, hai chú chó đã lao vào cuộc chiến.
**Spitz guidava la squadra e deteneva il potere, ma Buck lo sfidava.**
Spitz dẫn dắt đội và nắm giữ quyền lực, nhưng Buck đã thách thức điều đó.
**Spitz si rese conto che il suo rango era minacciato da questo strano straniero del Sud.**
Spitz thấy cấp bậc của mình bị đe dọa bởi người lạ kỳ lạ đến từ miền Nam này.

**Buck era diverso da tutti i cani del sud che Spitz aveva conosciuto fino ad allora.**
Buck không giống bất kỳ chú chó miền Nam nào mà Spitz từng biết trước đây.

**La maggior parte di loro fallì: troppo deboli per sopravvivere al freddo e alla fame.**
Hầu hết bọn họ đều thất bại - quá yếu để sống qua cái lạnh và cơn đói.

**Morirono rapidamente a causa del lavoro, del gelo e del lento bruciare della carestia.**
Họ chết nhanh vì lao động, vì giá lạnh và vì nạn đói.

**Buck si distingueva: ogni giorno più forte, più intelligente e più selvaggio.**
Buck nổi bật hơn—mạnh mẽ hơn, thông minh hơn và hung dữ hơn mỗi ngày.

**Ha prosperato nonostante le difficoltà, crescendo al pari degli husky del nord.**
Cậu bé đã vượt qua khó khăn, trưởng thành để sánh ngang với những chú chó husky phương Bắc.

**Buck era dotato di forza, abilità straordinaria e un istinto paziente e letale.**
Buck có sức mạnh, kỹ năng tuyệt vời và bản năng kiên nhẫn, chết người.

**L'uomo con la mazza aveva annientato Buck per fargli perdere la temerarietà.**
Người đàn ông cầm dùi cui đã đánh cho Buck một trận tơi tả.

**La furia cieca se n'era andata, sostituita da un'astuzia silenziosa e dal controllo.**
Con thịnh nộ mù quáng đã biến mất, thay vào đó là sự khôn ngoan và kiểm soát thầm lặng.

**Attese, calmo e primordiale, in attesa del momento giusto.**
Anh ấy chờ đợi, bình tĩnh và nguyên thủy, chờ đợi thời điểm thích hợp.

**La loro lotta per il comando divenne inevitabile e chiara.**
Cuộc chiến giành quyền chỉ huy của họ trở nên rõ ràng và không thể tránh khỏi.

**Buck desiderava la leadership perché il suo spirito la richiedeva.**
Buck mong muốn được lãnh đạo vì tinh thần của ông đòi hỏi điều đó.
**Era spinto da quello strano orgoglio che nasceva dal sentiero e dall'imbracatura.**
Ông bị thúc đẩy bởi niềm kiêu hãnh kỳ lạ sinh ra từ con đường mòn và dây cương.
**Quell'orgoglio faceva sì che i cani tirassero fino a crollare sulla neve.**
Lòng kiêu hãnh đó khiến những chú chó kéo xe cho đến khi chúng ngã gục trên tuyết.
**L'orgoglio li spinse a dare tutta la forza che avevano.**
Lòng kiêu hãnh đã dụ dỗ họ cống hiến hết sức lực mà họ có.
**L'orgoglio può trascinare un cane da slitta fino al punto di ucciderlo.**
Lòng kiêu hãnh có thể dẫn dụ một con chó kéo xe đến cái chết.
**Perdere l'imbracatura rendeva i cani deboli e senza scopo.**
Việc mất dây nịt khiến những chú chó trở nên buồn chán và không có mục đích sống.
**Il cuore di un cane da slitta può essere spezzato dalla vergogna quando va in pensione.**
Trái tim của một chú chó kéo xe có thể tan vỡ vì xấu hổ khi chúng nghỉ hưu.
**Dave viveva con questo orgoglio mentre trascinava la slitta da dietro.**
Dave sống với lòng tự hào đó khi anh kéo chiếc xe trượt tuyết từ phía sau.
**Anche Solleks diede il massimo con cupa forza e lealtà.**
Solleks cũng đã cống hiến hết mình với sức mạnh và lòng trung thành.
**Ogni mattina l'orgoglio li trasformava da amareggiati a determinati.**
Mỗi buổi sáng, lòng kiêu hãnh đã biến họ từ cay đắng thành quyết tâm.
**Spinsero per tutto il giorno, poi tacquero una volta giunti alla fine dell'accampamento.**

Họ đẩy xe cả ngày, rồi im lặng khi đến cuối trại.
**Quell'orgoglio diede a Spitz la forza di mettere in riga i fannulloni.**
Niềm kiêu hãnh đó đã tiếp thêm sức mạnh cho Spitz để bắt những kẻ trốn tránh phải tuân theo.
**Spitz temeva Buck perché Buck nutriva lo stesso profondo orgoglio.**
Spitz sợ Buck vì Buck cũng có lòng kiêu hãnh sâu sắc như vậy.
**L'orgoglio di Buck ora si agitò contro Spitz, ma lui non si fermò.**
Lòng kiêu hãnh của Buck giờ đây trỗi dậy chống lại Spitz, và anh không dừng lại.
**Buck sfidò il potere di Spitz e gli impedì di punire i cani.**
Buck bất chấp sức mạnh của Spitz và ngăn cản anh ta trừng phạt những con chó.
**Quando gli altri fallivano, Buck si frapponeva tra loro e il loro capo.**
Khi những người khác thất bại, Buck đứng ra giữa họ và thủ lĩnh của họ.
**Lo fece con intenzione, rendendo la sua sfida aperta e chiara.**
Ông đã làm điều này một cách có chủ đích, đưa ra lời thách thức một cách công khai và rõ ràng.
**Una notte una forte nevicata coprì il mondo in un profondo silenzio.**
Một đêm nọ, tuyết rơi dày đặc bao phủ cả thế giới trong sự im lặng sâu thẳm.
**La mattina dopo, Pike, pigro come sempre, non si alzò per andare al lavoro.**
Sáng hôm sau, Pike vẫn lười biếng như thường lệ, không dậy đi làm.
**Rimase nascosto nel suo nido sotto uno spesso strato di neve.**
Anh ta ẩn mình trong tổ của mình dưới lớp tuyết dày.
**François gridò e cercò, ma non riuscì a trovare il cane.**
François gọi lớn và tìm kiếm, nhưng không tìm thấy con chó.
**Spitz si infuriò e si scagliò contro l'accampamento coperto di neve.**

Spitz nổi giận và lao nhanh qua khu trại phủ đầy tuyết.
**Ringhiò e annusò, scavando freneticamente con gli occhi fiammeggianti.**
Nó gầm gừ và khịt mũi, đào bới điên cuồng với đôi mắt rực lửa.
**La sua rabbia era così violenta che Pike tremava sotto la neve per la paura.**
Cơn thịnh nộ của ông dữ dội đến mức Pike run rẩy dưới tuyết vì sợ hãi.
**Quando finalmente Pike fu trovato, Spitz si lanciò per punire il cane nascosto.**
Khi Pike cuối cùng bị tìm thấy, Spitz lao tới để trừng phạt con chó đang ẩn núp.
**Ma Buck si scagliò tra loro con una furia pari a quella di Spitz.**
Nhưng Buck đã lao vào giữa chúng với cơn thịnh nộ không kém gì Spitz.
**L'attacco fu così improvviso e astuto che Spitz cadde a terra.**
Cuộc tấn công diễn ra quá bất ngờ và thông minh đến nỗi Spitz ngã xuống.
**Pike, che tremava, trasse coraggio da questa sfida.**
Pike, người đang run rẩy, đã lấy lại can đảm từ sự thách thức này.
**Seguendo l'audace esempio di Buck, saltò sullo Spitz caduto.**
Anh ta nhảy lên con Spitz đã ngã xuống, làm theo tấm gương táo bạo của Buck.
**Buck, non più vincolato dall'equità, si unì allo sciopero di Spitz.**
Buck, không còn bị ràng buộc bởi sự công bằng, đã tham gia tấn công Spitz.
**François, divertito ma fermo nella disciplina, agitò la sua pesante frusta.**
François, vừa thích thú vừa nghiêm khắc trong kỷ luật, vung roi da nặng nề của mình.
**Colpì Buck con tutta la sua forza per interrompere la rissa.**
Anh ta đánh Buck bằng tất cả sức mạnh của mình để chấm dứt cuộc chiến.

**Buck si rifiutò di muoversi e rimase in groppa al capo caduto.**
Buck từ chối di chuyển và vẫn ở trên người tên thủ lĩnh đã ngã xuống.
**François allora usò il manico della frusta e colpì Buck con violenza.**
François sau đó dùng cán roi đánh mạnh vào Buck.
**Barcollando per il colpo, Buck cadde all'indietro sotto l'assalto.**
Lảo đảo vì cú đánh, Buck ngã trở lại trong đòn tấn công.
**François colpì più volte mentre Spitz puniva Pike.**
François liên tục tấn công trong khi Spitz trừng phạt Pike.

**Passarono i giorni e Dawson City si avvicinava sempre di più.**
Nhiều ngày trôi qua và Dawson City ngày càng đến gần hơn.
**Buck continuava a intromettersi, infilandosi tra Spitz e gli altri cani.**
Buck liên tục xen vào, chen vào giữa Spitz và những con chó khác.
**Sceglieva bene i suoi momenti, aspettando sempre che François se ne andasse.**
Anh ấy đã chọn đúng thời điểm, luôn chờ François rời đi.
**La ribellione silenziosa di Buck si diffuse e il disordine prese piede nella squadra.**
Cuộc nổi loạn âm thầm của Buck lan rộng và sự hỗn loạn bắt đầu xảy ra trong đội.
**Dave e Solleks rimasero leali, ma altri diventarono indisciplinati.**
Dave và Solleks vẫn trung thành, nhưng những người khác thì trở nên hung dữ.
**La squadra peggiorò: divenne irrequieta, litigiosa e fuori luogo.**
Đội bóng ngày càng tệ hơn—bồn chồn, hay cãi vã và mất kiểm soát.
**Ormai niente filava liscio e le liti diventavano all'ordine del giorno.**

Không còn việc gì diễn ra suôn sẻ nữa và việc đánh nhau trở nên thường xuyên.
**Buck rimase sempre al centro dei guai, provocando disordini.**
Buck luôn là tâm điểm của mọi rắc rối, luôn gây ra sự bất ổn.
**François rimase vigile, temendo la lotta tra Buck e Spitz.**
François vẫn cảnh giác, lo sợ cuộc chiến giữa Buck và Spitz.
**Ogni notte veniva svegliato da zuffe e temeva che finalmente fosse arrivato l'inizio.**
Mỗi đêm, tiếng ẩu đả lại đánh thức ông, lo sợ rằng ngày tận thế cuối cùng cũng đến.
**Balzò fuori dalla veste, pronto a interrompere la rissa.**
Anh ta nhảy ra khỏi áo choàng, sẵn sàng chấm dứt cuộc chiến.
**Ma il momento non arrivò mai e alla fine raggiunsero Dawson.**
Nhưng khoảnh khắc đó đã không bao giờ đến và cuối cùng họ cũng đến Dawson.
**La squadra entrò in città in un pomeriggio cupo, teso e silenzioso.**
Đội tiến vào thị trấn vào một buổi chiều ảm đạm, căng thẳng và im ắng.
**La grande battaglia per la leadership era ancora sospesa nell'aria gelida.**
Cuộc chiến giành quyền lãnh đạo vẫn còn diễn ra trong bầu không khí giá lạnh.
**Dawson era piena di uomini e cani da slitta, tutti impegnati nel lavoro.**
Dawson chật kín người và chó kéo xe, tất cả đều bận rộn với công việc.
**Buck osservava i cani trainare i carichi dalla mattina alla sera.**
Buck quan sát đàn chó kéo xe từ sáng đến tối.
**Trasportavano tronchi e legna da ardere e spedivano rifornimenti alle miniere.**
Họ kéo gỗ và củi, vận chuyển hàng tiếp tế đến các mỏ.
**Nel Southland, dove un tempo lavoravano i cavalli, ora lavoravano i cani.**

Nơi mà ngựa từng làm việc ở miền Nam, giờ đây chó đảm nhiệm công việc lao động.
**Buck vide alcuni cani provenienti dal Sud, ma la maggior parte erano husky simili a lupi.**
Buck nhìn thấy một số con chó từ miền Nam, nhưng phần lớn là chó husky trông giống sói.
**Di notte, puntuali come un orologio, i cani alzavano la voce e cantavano.**
Vào ban đêm, đúng như dự kiến, đàn chó cất tiếng hót líu lo.
**Alle nove, a mezzanotte e di nuovo alle tre, il canto cominciò.**
Vào lúc chín giờ, nửa đêm và ba giờ, tiếng hát bắt đầu vang lên.
**Buck amava unirsi al loro canto inquietante, selvaggio e antico nel suono.**
Buck thích tham gia vào bài thánh ca kỳ lạ của họ, với âm thanh hoang dã và cổ xưa.
**L'aurora fiammeggiava, le stelle danzavano e la neve ricopriva la terra.**
Cực quang rực sáng, các ngôi sao nhảy múa và tuyết phủ kín mặt đất.
**Il canto dei cani si elevava come un grido contro il silenzio e il freddo pungente.**
Tiếng hát của những chú chó vang lên như tiếng kêu chống lại sự im lặng và cái lạnh buốt giá.
**Ma il loro urlo esprimeva tristezza, non sfida, in ogni lunga nota.**
Nhưng tiếng hú của chúng chứa đựng nỗi buồn chứ không phải sự thách thức trong mỗi nốt nhạc dài.
**Ogni lamento era pieno di supplica: il peso stesso della vita.**
Mỗi tiếng kêu than đều đầy sự van xin; gánh nặng của chính cuộc sống.
**Quella canzone era vecchia, più vecchia delle città e più vecchia degli incendi**
Bài hát đó đã cũ rồi—cũ hơn cả thị trấn, và cũ hơn cả ngọn lửa
**Quel canto era più antico perfino delle voci degli uomini.**

Bài hát đó thậm chí còn cổ xưa hơn cả giọng nói của con người.

**Era una canzone del mondo dei giovani, quando tutte le canzoni erano tristi.**

Đó là một bài hát của thế giới non trẻ, khi mọi bài hát đều buồn.

**La canzone porta con sé il dolore di innumerevoli generazioni di cani.**

Bài hát mang theo nỗi buồn của vô số thế hệ chó.

**Buck percepì profondamente la melodia, gemendo per un dolore radicato nei secoli.**

Buck cảm nhận sâu sắc giai điệu đó, rên rỉ vì nỗi đau đã ăn sâu vào tuổi tác.

**Singhiozzava per un dolore antico quanto il sangue selvaggio nelle sue vene.**

Ông nức nở vì nỗi đau buồn sâu sắc như dòng máu hoang dã trong huyết quản của ông.

**Il freddo, l'oscurità e il mistero toccarono l'anima di Buck.**

Cái lạnh, bóng tối và sự bí ẩn đã chạm đến tâm hồn Buck.

**Quella canzone dimostrava quanto Buck fosse tornato alle sue origini.**

Bài hát đó chứng minh Buck đã quay trở về nguồn cội của mình đến mức nào.

**Tra la neve e gli ululati aveva trovato l'inizio della sua vita.**

Qua tuyết rơi và tiếng hú, anh đã tìm thấy sự khởi đầu cho cuộc sống của mình.

**Sette giorni dopo l'arrivo a Dawson, ripartirono.**

Bảy ngày sau khi đến Dawson, họ lại lên đường một lần nữa.

**La squadra si è lanciata dalla caserma fino allo Yukon Trail.**

Đội đổ bộ từ Trại lính xuống Đường mòn Yukon.

**Iniziarono il viaggio di ritorno verso Dyea e Salt Water.**

Họ bắt đầu hành trình quay trở lại Dyea và Salt Water.

**Perrault trasmise dispacci ancora più urgenti di prima.**

Perrault chuyển những công văn thậm chí còn khẩn cấp hơn trước.

**Era anche preso dall'orgoglio per la corsa e puntava a stabilire un record.**
Ông cũng bị cuốn hút bởi lòng tự hào về con đường mòn và muốn lập kỷ lục.
**Questa volta Perrault aveva diversi vantaggi.**
Lần này, Perrault có nhiều lợi thế.
**I cani avevano riposato per un'intera settimana e avevano ripreso le forze.**
Những chú chó đã nghỉ ngơi suốt một tuần và lấy lại sức lực.
**La pista che avevano tracciato era ora battuta da altri.**
Con đường mà họ đã mở ra giờ đã được những người khác lấp kín.
**In alcuni punti la polizia aveva immagazzinato cibo sia per i cani che per gli uomini.**
Ở một số nơi, cảnh sát đã tích trữ thức ăn cho cả chó và người.
**Perrault viaggiava leggero, si muoveva velocemente e aveva poco a cui aggrapparsi.**
Perrault di chuyển nhẹ nhàng, nhanh chóng mà không cần mang theo nhiều đồ đạc.
**La prima sera raggiunsero la Sixty-Mile, una corsa lunga 50 miglia.**
Vào đêm đầu tiên, họ đã đến Sixty-Mile, một chặng chạy dài năm mươi dặm.
**Il secondo giorno risalirono rapidamente lo Yukon in direzione di Pelly.**
Vào ngày thứ hai, họ vội vã đi ngược sông Yukon về phía Pelly.
**Ma questi grandi progressi comportarono anche molta fatica per François.**
Nhưng sự tiến triển tốt đẹp đó cũng đi kèm với nhiều căng thẳng cho François.
**La ribellione silenziosa di Buck aveva infranto la disciplina della squadra.**
Sự nổi loạn âm thầm của Buck đã phá vỡ kỷ luật của đội.
**Non si univano più come un'unica bestia al comando.**
Họ không còn đoàn kết như một con thú cùng chung dây cương nữa.

**Buck aveva spinto altri alla sfida con il suo coraggioso esempio.**
Buck đã dẫn dắt những người khác vào cuộc thách thức bằng tấm gương táo bạo của mình.
**L'ordine di Spitz non veniva più accolto con timore o rispetto.**
Mệnh lệnh của Spitz không còn được đáp lại bằng sự sợ hãi hay tôn trọng nữa.
**Gli altri persero ogni timore reverenziale nei suoi confronti e osarono opporsi al suo governo.**
Những người khác không còn kính sợ ông nữa và dám chống lại sự cai trị của ông.
**Una notte, Pike rubò mezzo pesce e lo mangiò sotto gli occhi di Buck.**
Một đêm nọ, Pike đã đánh cắp nửa con cá và ăn nó ngay trước mắt Buck.
**Un'altra notte, Dub e Joe combatterono contro Spitz e rimasero impuniti.**
Một đêm khác, Dub và Joe chiến đấu với Spitz và không bị trừng phạt.
**Anche Billee gemette meno dolcemente e mostrò una nuova acutezza.**
Ngay cả Billee cũng ít than vãn hơn và thể hiện sự sắc sảo mới.
**Buck ringhiava a Spitz ogni volta che si incrociavano.**
Buck gầm gừ với Spitz mỗi lần họ chạm trán nhau.
**L'atteggiamento di Buck divenne audace e minaccioso, quasi come quello di un bullo.**
Thái độ của Buck trở nên táo bạo và đe dọa, gần giống như một kẻ bắt nạt.
**Camminava avanti e indietro davanti a Spitz con un'andatura spavalda e piena di minaccia beffarda.**
Anh ta bước tới trước Spitz với dáng vẻ vênh váo, đầy vẻ đe dọa chế giễu.
**Questo crollo dell'ordine si diffuse anche tra i cani da slitta.**
Sự sụp đổ của trật tự đó cũng lan rộng đến cả những chú chó kéo xe.

**Litigarono e discussero più che mai, riempiendo l'accampamento di rumore.**

Họ đánh nhau và tranh cãi nhiều hơn bao giờ hết, khiến cho trại trở nên ồn ào.

**Ogni notte la vita nel campeggio si trasformava in un caos selvaggio e ululante.**

Cuộc sống trong trại trở nên hỗn loạn, gào thét mỗi đêm.

**Solo Dave e Solleks rimasero fermi e concentrati.**

Chỉ có Dave và Solleks vẫn giữ được sự bình tĩnh và tập trung.

**Ma anche loro diventarono irascibili a causa delle continue risse.**

Nhưng ngay cả họ cũng trở nên nóng tính vì những cuộc ẩu đả liên miên.

**François imprecò in lingue strane e batté i piedi per la frustrazione.**

François chửi thề bằng những ngôn ngữ lạ và giậm chân vì thất vọng.

**Si strappò i capelli e urlò mentre la neve gli volava sotto i piedi.**

Anh ta giật tóc và hét lên trong khi tuyết bay tung tóe dưới chân.

**La sua frusta schioccò contro il gruppo, ma a malapena riuscì a tenerli in riga.**

Chiếc roi của anh quất mạnh vào bầy đàn nhưng hầu như không giữ được chúng đi đúng hàng.

**Ogni volta che voltava le spalle, la lotta ricominciava.**

Mỗi khi anh quay lưng lại, cuộc chiến lại nổ ra lần nữa.

**François usò la frusta per Spitz, mentre Buck guidava i ribelli.**

François dùng roi quất Spitz, trong khi Buck chỉ huy quân nổi loạn.

**Ognuno conosceva il ruolo dell'altro, ma Buck evitava di addossare ogni colpa.**

Mỗi người đều biết vai trò của người kia, nhưng Buck lại tránh né mọi lời đổ lỗi.

**François non ha mai colto Buck mentre iniziava una rissa o si sottraeva al suo lavoro.**

François chưa bao giờ thấy Buck gây gổ hay trốn tránh công việc.
**Buck lavorava duramente ai finimenti: la fatica ora gli dava entusiasmo.**
Buck làm việc chăm chỉ trong bộ đồ kéo xe—công việc vất vả giờ đây làm tinh thần anh phấn chấn.
**Ma trovava ancora più gioia nel fomentare risse e caos nell'accampamento.**
Nhưng ông ta còn tìm thấy niềm vui lớn hơn khi gây ra những cuộc ẩu đả và hỗn loạn trong trại.

**Una sera, alla foce del Tahkeena, Dub spaventò un coniglio.**
Một buổi tối nọ, tại cửa sông Tahkeena, Dub đã làm một chú thỏ giật mình.
**Mancò la presa e il coniglio con la racchetta da neve balzò via.**
Anh ta bắt trượt và con thỏ đi giày tuyết đã chạy mất.
**Nel giro di pochi secondi, l'intera squadra di slitte si lanciò all'inseguimento, gridando a squarciagola.**
Chỉ trong vài giây, toàn bộ đội xe trượt tuyết đã đuổi theo với tiếng reo hò phấn khích.
**Nelle vicinanze, un accampamento della polizia del nord-ovest ospitava cinquanta cani husky.**
Gần đó, trại cảnh sát Tây Bắc nuôi năm mươi chú chó husky.
**Si unirono alla caccia, scendendo insieme il fiume ghiacciato.**
Họ cùng nhau tham gia cuộc săn đuổi, lao xuống dòng sông đóng băng.
**Il coniglio lasciò il fiume e fuggì lungo il letto ghiacciato di un ruscello.**
Con thỏ rời khỏi dòng sông và chạy trốn lên lòng suối đóng băng.
**Il coniglio saltellava leggero sulla neve mentre i cani si facevano strada a fatica.**
Con thỏ nhảy nhẹ nhàng trên tuyết trong khi những con chó phải vật lộn để vượt qua.

**Buck guidava l'enorme branco di sessanta cani attorno a ogni curva tortuosa.**
Buck dẫn đầu đàn chó khổng lồ gồm sáu mươi con chạy quanh mỗi khúc cua quanh co.

**Si spinse in avanti, basso e impaziente, ma non riuscì a guadagnare terreno.**
Anh ta tiến về phía trước, thấp người và hăm hở, nhưng không thể tiến xa hơn được.

**Il suo corpo brillava sotto la pallida luna a ogni potente balzo.**
Cơ thể anh ta lóe lên dưới ánh trăng nhợt nhạt với mỗi bước nhảy mạnh mẽ.

**Davanti a loro, il coniglio si muoveva come un fantasma, silenzioso e troppo veloce per essere catturato.**
Phía trước, con thỏ di chuyển như một bóng ma, im lặng và quá nhanh để có thể đuổi kịp.

**Tutti quei vecchi istinti, la fame, l'eccitazione, attraversarono Buck.**
Tất cả những bản năng cũ - cơn đói, sự hồi hộp - ùa về trong Buck.

**A volte gli esseri umani avvertono questo istinto e sono spinti a cacciare con armi da fuoco e proiettili.**
Đôi khi con người cảm thấy bản năng này thúc đẩy họ đi săn bằng súng và đạn.

**Ma Buck provava questa sensazione a un livello più profondo e personale.**
Nhưng Buck cảm thấy cảm giác này ở mức độ sâu sắc và cá nhân hơn.

**Non riuscivano a percepire la natura selvaggia nel loro sangue come Buck.**
Họ không thể cảm nhận được sự hoang dã trong dòng máu của mình như Buck cảm nhận được.

**Inseguiva la carne viva, pronto a uccidere con i denti e ad assaggiare il sangue.**
Anh ta đuổi theo những con mồi sống, sẵn sàng giết chóc bằng răng và nếm máu.

**Il suo corpo si tendeva per la gioia, desiderando immergersi nel caldo rosso della vita.**
Cơ thể anh căng ra vì vui sướng, muốn tắm mình trong sự sống đỏ ấm áp.
**Una strana gioia segna il punto più alto che la vita possa mai raggiungere.**
Một niềm vui kỳ lạ đánh dấu đỉnh cao nhất mà cuộc sống có thể đạt tới.
**La sensazione di raggiungere un picco in cui i vivi dimenticano di essere vivi.**
Cảm giác ở đỉnh cao mà người sống quên mất rằng họ đang còn sống.
**Questa gioia profonda tocca l'artista immerso in un'ispirazione ardente.**
Niềm vui sâu sắc này chạm đến người nghệ sĩ đang đắm chìm trong cảm hứng cháy bỏng.
**Questa gioia afferra il soldato che combatte selvaggiamente e non risparmia alcun nemico.**
Niềm vui này chiếm lấy người lính chiến đấu dữ dội và không tha cho kẻ thù.
**Questa gioia ora colpì Buck mentre guidava il branco in preda alla fame primordiale.**
Niềm vui này giờ đây đã chiếm lấy Buck khi nó dẫn đầu bầy đàn trong cơn đói nguyên thủy.
**Ululò con l'antico grido del lupo, emozionato per l'inseguimento.**
Anh ta hú lên bằng tiếng hú cổ xưa của loài sói, thích thú với cuộc rượt đuổi sống động.
**Buck fece appello alla parte più antica di sé, persa nella natura selvaggia.**
Buck đã chạm đến phần già nua nhất của bản thân, lạc lõng giữa chốn hoang dã.
**Scavò in profondità dentro di sé, oltre la memoria, fino al tempo grezzo e antico.**
Anh ấy đã chạm sâu vào bên trong, vượt qua ký ức, vào thời gian thô sơ, cổ xưa.
**Un'ondata di vita pura pervase ogni muscolo e tendine.**

Một làn sóng sức sống tràn ngập khắp mọi cơ bắp và gân cốt.
**Ogni salto gridava che viveva, che attraversava la morte.**
Mỗi bước nhảy vọt như hét lên rằng anh ta vẫn sống, rằng anh ta đã vượt qua cái chết.
**Il suo corpo si librava gioioso su una terra immobile e fredda che non si muoveva mai.**
Cơ thể anh ta vui sướng bay vút lên vùng đất lạnh lẽo, tĩnh lặng và không bao giờ chuyển động.
**Spitz rimase freddo e astuto anche nei suoi momenti più selvaggi.**
Spitz vẫn lạnh lùng và xảo quyệt, ngay cả trong những khoảnh khắc điên rồ nhất.
**Lasciò il sentiero e attraversò un terreno dove il torrente formava una curva ampia.**
Anh ta rời khỏi đường mòn và băng qua vùng đất có con suối cong rộng.
**Buck, ignaro di ciò, rimase sul sentiero tortuoso del coniglio.**
Buck, không biết điều này, vẫn đi theo con đường quanh co của chú thỏ.
**Poi, mentre Buck svoltava dietro una curva, il coniglio spettrale si trovò davanti a lui.**
Sau đó, khi Buck rẽ qua một khúc cua, con thỏ trông giống như bóng ma đã xuất hiện trước mặt anh.
**Vide una seconda figura balzare dalla riva precedendo la preda.**
Anh ta nhìn thấy một bóng người thứ hai nhảy ra khỏi bờ phía trước con mồi.
**La figura era Spitz, atterrato proprio sulla traiettoria del coniglio in fuga.**
Bóng người đó chính là Spitz, đáp xuống đúng đường đi của con thỏ đang bỏ chạy.
**Il coniglio non riuscì a girarsi e incontrò le fauci di Spitz a mezz'aria.**
Con thỏ không thể quay lại và đâm sầm vào hàm của Spitz giữa không trung.
**La spina dorsale del coniglio si spezzò con un grido acuto come il grido di un essere umano morente.**

Xương sống của con thỏ gãy ra với tiếng thét chói tai như tiếng kêu của một người sắp chết.

**A quel suono, il passaggio dalla vita alla morte, il branco ululò forte.**

Khi nghe thấy âm thanh đó—tiếng rơi từ sự sống xuống cái chết—cả bầy hú lên dữ dội.

**Un coro selvaggio si levò da dietro Buck, pieno di oscura gioia.**

Một điệp khúc man rợ vang lên phía sau Buck, đầy vẻ thích thú đen tối.

**Buck non emise alcun grido, nessun suono e si lanciò dritto verso Spitz.**

Buck không hề kêu la, không một tiếng động, mà lao thẳng vào Spitz.

**Mirò alla gola, ma colpì invece la spalla.**

Anh ta nhắm vào cổ họng nhưng lại trúng vào vai.

**Caddero nella neve soffice, i loro corpi erano intrappolati in un combattimento.**

Họ lăn qua lớp tuyết mềm; cơ thể họ khóa chặt trong chiến đấu.

**Spitz balzò in piedi rapidamente, come se non fosse mai stato atterrato.**

Spitz bật dậy nhanh chóng, như thể chưa từng bị đánh ngã.

**Colpì Buck alla spalla e poi balzò fuori dalla mischia.**

Anh ta chém vào vai Buck rồi nhảy ra khỏi cuộc chiến.

**Per due volte i suoi denti schioccarono come trappole d'acciaio, e le sue labbra si arricciarono e si fecero feroci.**

Hai lần răng hắn cắn vào nhau như những cái bẫy thép, đôi môi cong lên và dữ tợn.

**Arretrò lentamente, cercando un terreno solido sotto i piedi.**

Anh ta từ từ lùi lại, tìm kiếm nền đất vững chắc dưới chân mình.

**Buck comprese il momento all'istante e pienamente.**

Buck hiểu ngay lập tức và trọn vẹn khoảnh khắc đó.

**Il momento era giunto: la lotta sarebbe stata una lotta all'ultimo sangue.**

Thời khắc đó đã đến; cuộc chiến sẽ là cuộc chiến sinh tử.

**I due cani giravano in cerchio, ringhiando, con le orecchie piatte e gli occhi socchiusi.**
Hai con chó chạy vòng tròn, gầm gừ, tai cụp xuống, mắt nheo lại.

**Ogni cane aspettava che l'altro mostrasse debolezza o facesse un passo falso.**
Mỗi con chó chờ đợi con kia tỏ ra yếu đuối hoặc phạm sai lầm.

**Buck percepiva quella scena come stranamente nota e profondamente ricordata.**
Với Buck, cảnh tượng đó có cảm giác quen thuộc đến kỳ lạ và được ghi nhớ sâu sắc.

**I boschi bianchi, la terra fredda, la battaglia al chiaro di luna.**
Rừng trắng, đất lạnh, trận chiến dưới ánh trăng.

**Un silenzio pesante, profondo e innaturale riempiva la terra.**
Một sự im lặng nặng nề bao trùm khắp vùng đất, sâu thẳm và không tự nhiên.

**Nessun vento si alzava, nessuna foglia si muoveva, nessun suono rompeva il silenzio.**
Không có cơn gió nào thổi, không có chiếc lá nào lay động, không có âm thanh nào phá vỡ sự tĩnh lặng.

**Il respiro dei cani si levava come fumo nell'aria gelida e silenziosa.**
Hơi thở của những chú chó bốc lên như khói trong bầu không khí lạnh giá và tĩnh lặng.

**Il coniglio era stato dimenticato da tempo dal branco di animali selvatici.**
Loài thỏ đã bị bầy thú hoang lãng quên từ lâu.

**Questi lupi semiaddomesticati ora stavano fermi in un ampio cerchio.**
Những con sói đã được thuần hóa một nửa này hiện đang đứng yên thành một vòng tròn rộng.

**Erano silenziosi, solo i loro occhi luminosi rivelavano la loro fame.**
Họ im lặng, chỉ có đôi mắt sáng rực cho thấy sự đói khát của họ.

**Il loro respiro saliva, mentre osservavano l'inizio dello scontro finale.**

Hơi thở của họ dồn dập hơn, dõi theo trận chiến cuối cùng bắt đầu.
**Per Buck questa battaglia era vecchia e attesa, per niente strana.**
Với Buck, trận chiến này là chuyện thường tình và đã được dự đoán trước, không hề lạ lẫm chút nào.
**Era come il ricordo di qualcosa che doveva accadere da sempre.**
Cảm giác như là ký ức về một điều gì đó luôn luôn xảy ra.
**Spitz era un cane da combattimento addestrato, affinato da innumerevoli risse selvagge.**
Spitz là một chú chó chiến đấu được huấn luyện, được tôi luyện qua vô số cuộc ẩu đả dữ dội.
**Dallo Spitzbergen al Canada, aveva sconfitto molti nemici.**
Từ Spitzbergen đến Canada, ông đã đánh bại được nhiều kẻ thù.
**Era pieno di rabbia, ma non cedette mai il controllo alla rabbia.**
Ông ta đầy giận dữ, nhưng không bao giờ kiểm soát được cơn thịnh nộ.
**La sua passione era acuta, ma sempre temperata dal duro istinto.**
Niềm đam mê của ông rất mãnh liệt, nhưng luôn được kiềm chế bởi bản năng cứng rắn.
**Non ha mai attaccato finché non ha avuto la sua difesa pronta.**
Ông không bao giờ tấn công cho đến khi có được sự phòng thủ cần thiết.
**Buck provò più volte a raggiungere il collo vulnerabile di Spitz.**
Buck liên tục cố gắng chạm tới vùng cổ yếu ớt của Spitz.
**Ma ogni colpo veniva accolto da un fendente dei denti affilati di Spitz.**
Nhưng mỗi đòn tấn công đều bị đáp trả bằng hàm răng sắc nhọn của Spitz.
**Le loro zanne si scontrarono ed entrambi i cani sanguinarono dalle labbra lacerate.**

Răng nanh của chúng va vào nhau và cả hai con chó đều chảy máu từ đôi môi bị rách.

**Nonostante i suoi sforzi, Buck non riusciva a rompere la difesa.**

Bất kể Buck có lao tới thế nào, anh cũng không thể phá vỡ được hàng phòng ngự.

**Divenne sempre più furioso e si lanciò verso di lui con violente esplosioni di potenza.**

Anh ta càng trở nên giận dữ hơn, lao vào với những cú bùng nổ sức mạnh dữ dội.

**Buck colpì ripetutamente la bianca gola di Spitz.**

Buck liên tục tấn công vào cái cổ họng trắng của Spitz.

**Ogni volta Spitz schivava e contrattaccava con un morso tagliente.**

Mỗi lần Spitz đều né tránh và phản công bằng một cú cắn mạnh.

**Poi Buck cambiò tattica, avventandosi di nuovo come se volesse colpirlo alla gola.**

Sau đó Buck thay đổi chiến thuật, lao tới như thể muốn nhắm vào cổ họng hắn lần nữa.

**Ma a metà attacco si è ritirato, girandosi per colpire di lato.**

Nhưng anh ta đã rút lui giữa chừng và chuyển sang tấn công từ bên hông.

**Colpì Spitz con una spallata, con l'intento di buttarlo a terra.**

Anh ta đập vai vào Spitz với mục đích đánh ngã anh ta.

**Ogni volta che ci provava, Spitz lo schivava e rispondeva con un fendente.**

Mỗi lần Spitz cố gắng, anh ta đều né tránh và phản công bằng một cú chém.

**La spalla di Buck si faceva scorticare mentre Spitz si liberava dopo ogni colpo.**

Vai của Buck đau nhức khi Spitz nhảy tránh sau mỗi đòn đánh.

**Spitz non era stato toccato, mentre Buck sanguinava dalle numerose ferite.**

Spitz không hề bị ảnh hưởng, trong khi Buck thì chảy máu từ nhiều vết thương.

**Il respiro di Buck era affannoso e pesante, il suo corpo era viscido di sangue.**
Hơi thở của Buck trở nên gấp gáp và nặng nề, cơ thể anh trơn bóng vì máu.
**La lotta diventava più brutale a ogni morso e carica.**
Cuộc chiến trở nên tàn khốc hơn sau mỗi lần cắn và tấn công.
**Attorno a loro, sessanta cani silenziosi aspettavano che il primo cadesse.**
Xung quanh họ, sáu mươi con chó im lặng chờ đợi con đầu tiên ngã xuống.
**Se un cane fosse caduto, il branco avrebbe posto fine alla lotta.**
Nếu một con chó gục ngã, cả bầy sẽ kết thúc cuộc chiến.
**Spitz vide Buck indebolirsi e cominciò ad attaccare.**
Spitz thấy Buck yếu đi nên bắt đầu tấn công.
**Mantenne Buck sbilanciato, costringendolo a lottare per restare in piedi.**
Anh ta làm Buck mất thăng bằng, buộc Buck phải chiến đấu để giữ thăng bằng.
**Una volta Buck inciampò e cadde, e tutti i cani si rialzarono.**
Có lần Buck vấp ngã và tất cả đàn chó đều đứng dậy.
**Ma Buck si raddrizzò a metà caduta e tutti ricaddero.**
Nhưng Buck đã tự đứng dậy giữa chừng khi ngã, và mọi người lại ngã xuống.
**Buck aveva qualcosa di raro: un'immaginazione nata da un profondo istinto.**
Buck có một điều hiếm có - trí tưởng tượng nảy sinh từ bản năng sâu xa.
**Combatté per istinto naturale, ma combatté anche con astuzia.**
Ông chiến đấu bằng bản năng tự nhiên, nhưng cũng bằng sự khôn ngoan.
**Tornò ad attaccare come se volesse ripetere il trucco dell'attacco alla spalla.**
Anh ta lại lao tới như thể đang lặp lại chiêu tấn công bằng vai của mình.
**Ma all'ultimo secondo si abbassò e passò sotto Spitz.**

Nhưng vào giây cuối cùng, anh ta lao xuống thấp và lướt qua Spitz.

**I suoi denti si bloccarono sulla zampa anteriore sinistra di Spitz con uno schiocco.**

Răng của anh ta cắn phập vào chân trước bên trái của Spitz.

**Spitz ora era instabile e il suo peso gravava solo su tre zampe.**

Spitz lúc này đứng không vững, toàn bộ trọng lượng cơ thể chỉ dồn lên ba chân.

**Buck colpì di nuovo e tentò tre volte di atterrarlo.**

Buck lại tấn công, cố gắng ba lần để hạ gục hắn.

**Al quarto tentativo ha usato la stessa mossa con successo**

Ở lần thứ thứ tư, anh ấy đã sử dụng động tác tương tự và thành công

**Questa volta Buck riuscì a mordere la zampa destra di Spitz.**

Lần này Buck đã cắn trúng chân phải của Spitz.

**Spitz, benché storpio e in agonia, continuò a lottare per sopravvivere.**

Spitz, mặc dù bị tàn tật và đau đớn, vẫn tiếp tục đấu tranh để sinh tồn.

**Vide il cerchio degli husky stringersi, con le lingue fuori e gli occhi luminosi.**

Anh thấy vòng tròn chó husky siết chặt lại, lưỡi thè ra, mắt sáng lên.

**Aspettarono di divorarlo, proprio come avevano fatto con gli altri.**

Họ chờ đợi để nuốt chửng anh ta, giống như họ đã làm với những người khác.

**Questa volta era lui al centro, sconfitto e condannato.**

Lần này, anh ta đứng ở trung tâm; thất bại và tuyệt vọng.

**Ormai il cane bianco non aveva più alcuna possibilità di fuga.**

Lúc này, con chó trắng không còn cách nào thoát được nữa.

**Buck non mostrò alcuna pietà, perché la pietà non era a posto nella natura selvaggia.**

Buck không hề tỏ ra thương xót, vì thương xót không phải là hành động phù hợp trong thế giới hoang dã.

**Buck si mosse con cautela, preparandosi per la carica finale.**
Buck di chuyển cẩn thận, chuẩn bị cho đòn tấn công cuối cùng.
**Il cerchio degli husky si stringeva; lui sentiva i loro respiri caldi.**
Vòng tròn chó husky khép lại; anh cảm nhận được hơi thở ấm áp của chúng.
**Si accovacciarono, pronti a scattare quando fosse giunto il momento.**
Họ khom người xuống, chuẩn bị sẵn sàng nhảy lên khi thời cơ đến.
**Spitz tremava nella neve, ringhiando e cambiando posizione.**
Spitz run rẩy trong tuyết, gầm gừ và thay đổi tư thế.
**I suoi occhi brillavano, le labbra si arricciavano, i denti brillavano in un'espressione disperata e minacciosa.**
Đôi mắt anh ta trừng trừng, môi cong lên, hàm răng nhe ra đầy đe dọa.
**Barcollò, cercando ancora di resistere al freddo morso della morte.**
Anh ta loạng choạng, vẫn cố gắng chống lại cái lạnh buốt giá của tử thần.
**Aveva già visto situazioni simili, ma sempre dalla parte dei vincitori.**
Anh đã từng chứng kiến cảnh này trước đây, nhưng luôn là ở phía chiến thắng.
**Ora era dalla parte perdente; lo sconfitto; la preda; la morte.**
Bây giờ anh ta ở bên thua cuộc; kẻ bị đánh bại; con mồi; cái chết.
**Buck si preparò al colpo finale, mentre il cerchio dei cani si faceva sempre più stretto.**
Buck vòng lại để ra đòn kết liễu, đàn chó càng lúc càng tiến gần hơn.
**Poteva sentire i loro respiri caldi; erano pronti a uccidere.**
Anh có thể cảm nhận được hơi thở nóng hổi của chúng; sẵn sàng giết chóc.

**Calò il silenzio; tutto era al suo posto; il tempo si era fermato.**
Sự tĩnh lặng bao trùm; mọi thứ trở về đúng vị trí của nó; thời gian đã ngừng trôi.
**Persino l'aria fredda tra loro si congelò per un ultimo istante.**
Ngay cả không khí lạnh lẽo giữa họ cũng đóng băng trong khoảnh khắc cuối cùng.
**Soltanto Spitz si mosse, cercando di trattenere la sua fine amara.**
Chỉ có Spitz di chuyển, cố gắng kìm nén cái kết đau đớn của mình.
**Il cerchio dei cani si stava stringendo attorno a lui, come era suo destino.**
Vòng tròn chó đang khép lại xung quanh anh, cũng giống như số phận của anh vậy.
**Ora era disperato, sapendo cosa stava per accadere.**
Lúc này anh ấy tuyệt vọng khi biết chuyện gì sắp xảy ra.
**Buck balzò dentro e la sua spalla incontrò la sua spalla per l'ultima volta.**
Buck lao vào, vai chạm vai lần cuối.
**I cani si lanciarono in avanti, nascondendo Spitz nell'oscurità della neve.**
Đàn chó lao về phía trước, phủ kín Spitz trong bóng tối phủ đầy tuyết.
**Buck osservava, eretto e fiero; il vincitore in un mondo selvaggio.**
Buck đứng đó quan sát; người chiến thắng trong thế giới hoang dã.
**La bestia primordiale dominante aveva fatto la sua uccisione, e la aveva fatta bene.**
Con thú nguyên thủy thống trị đã giết chết con mồi và điều đó thật tuyệt.

## Colui che ha conquistato la maestria
Người đã đạt đến bậc thầy

"Eh? Cosa ho detto? Dico la verità quando dico che Buck è un diavolo."
"Hả? Tôi đã nói gì cơ? Tôi nói đúng khi nói Buck là một con quỷ."
**François raccontò questo la mattina dopo aver scoperto la scomparsa di Spitz.**
François đã nói như vậy vào sáng hôm sau sau khi phát hiện Spitz mất tích.
**Buck rimase lì, coperto di ferite causate dal violento combattimento.**
Buck đứng đó, mình đầy vết thương từ cuộc chiến dữ dội.
**François tirò Buck vicino al fuoco e indicò le ferite.**
François kéo Buck lại gần đống lửa và chỉ vào vết thương.
**«Quello Spitz ha combattuto come il Devik», disse Perrault, osservando i profondi tagli.**
"Con Spitz đó chiến đấu giống như con Devik vậy," Perrault nói, mắt nhìn vào những vết rạch sâu.
**«E quel Buck si batteva come due diavoli», rispose subito François.**
"Và Buck đã chiến đấu như hai con quỷ," François trả lời ngay.
"Ora faremo buon passo; niente più Spitz, niente più guai."
"Bây giờ chúng ta sẽ đi đúng hướng; không còn Spitz nữa, không còn rắc rối nữa."
**Perrault stava preparando l'attrezzatura e caricò la slitta con cura.**
Perrault đang đóng gói đồ đạc và chất lên xe trượt tuyết một cách cẩn thận.
**François bardò i cani per prepararli alla corsa della giornata.**
François chuẩn bị dây cương cho đàn chó để chạy trong ngày.
**Buck trotterellò dritto verso la posizione di testa, precedentemente occupata da Spitz.**
Buck chạy thẳng đến vị trí dẫn đầu mà Spitz từng nắm giữ.

**Ma François, senza accorgersene, condusse Solleks in prima linea.**
Nhưng François không để ý đến điều đó mà dẫn Solleks tiến lên phía trước.
**Secondo François, Solleks era ora il miglior cane da corsa.**
Theo đánh giá của François, Solleks hiện là người dẫn đầu tốt nhất.
**Buck si scagliò furioso contro Solleks e lo respinse indietro in segno di protesta.**
Buck tức giận lao vào Solleks và đẩy anh ta lùi lại để phản đối.
**Si fermò dove un tempo si era fermato Spitz, rivendicando la posizione di comando.**
Anh ta đứng ở vị trí mà Spitz từng đứng, khẳng định vị trí dẫn đầu.
**"Eh? Eh?" esclamò François, dandosi una pacca sulle cosce divertito.**
"Hả? Hả?" François kêu lên, vỗ đùi vì thích thú.
**"Guarda Buck: ha ucciso Spitz, ora vuole prendersi il posto!"**
"Nhìn Buck kìa—nó đã giết Spitz, giờ nó lại muốn cướp công việc đó!"
**"Vattene via, Chook!" urlò, cercando di scacciare Buck.**
"Đi đi, Chook!" anh hét lên, cố gắng đuổi Buck đi.
**Ma Buck si rifiutò di muoversi e rimase immobile nella neve.**
Nhưng Buck từ chối di chuyển và đứng yên trên tuyết.
**François afferrò Buck per la collottola e lo trascinò da parte.**
François túm lấy gáy Buck và kéo nó sang một bên.
**Buck ringhiò basso e minaccioso, ma non attaccò.**
Buck gầm gừ một cách đe dọa nhưng không tấn công.
**François rimette Solleks in testa, cercando di risolvere la disputa**
François đưa Solleks trở lại vị trí dẫn đầu, cố gắng giải quyết tranh chấp
**Il vecchio cane mostrò paura di Buck e non voleva restare.**
Con chó già tỏ ra sợ Buck và không muốn ở lại.
**Quando François gli voltò le spalle, Buck scacciò di nuovo Solleks.**

Khi François quay lưng lại, Buck lại đuổi Solleks ra ngoài.

**Solleks non oppose resistenza e si fece di nuovo da parte in silenzio.**

Solleks không chống cự mà lặng lẽ bước sang một bên lần nữa.

**François si arrabbiò e urlò: "Per Dio, ti sistemo!"**

François nổi giận và hét lên, "Lạy Chúa, ta sẽ xử lý ngươi!"

**Si avvicinò a Buck tenendo in mano una pesante mazza.**

Anh ta tiến về phía Buck, trên tay cầm một cây gậy nặng.

**Buck ricordava bene l'uomo con il maglione rosso.**

Buck nhớ rất rõ người đàn ông mặc áo len đỏ.

**Si ritirò lentamente, osservando François ma ringhiando profondamente.**

Anh ta từ từ lùi lại, nhìn François nhưng vẫn gầm gừ dữ dội.

**Non si affrettò a tornare indietro, nemmeno quando Solleks si mise al suo posto.**

Anh ta không hề vội vã quay lại, ngay cả khi Solleks đứng vào vị trí của anh ta.

**Buck si girò in cerchio, appena fuori dalla sua portata, ringhiando furioso e protestando.**

Buck bay vòng ra ngoài tầm với, gầm gừ vì giận dữ và phản đối.

**Teneva gli occhi fissi sulla mazza, pronto a schivare il colpo se François l'avesse lanciata.**

Anh ta luôn nhìn về phía cây gậy, sẵn sàng né tránh nếu François ném bóng.

**Era diventato saggio e cauto nei confronti degli uomini che maneggiavano le armi.**

Anh đã trở nên khôn ngoan và cảnh giác hơn với cách cư xử của những người đàn ông có vũ khí.

**François si arrese e chiamò di nuovo Buck al suo vecchio posto.**

François bỏ cuộc và gọi Buck trở lại chỗ cũ.

**Ma Buck fece un passo indietro con cautela, rifiutandosi di obbedire all'ordine.**

Nhưng Buck thận trọng lùi lại, từ chối tuân theo lệnh.

**François lo seguì, ma Buck indietreggiò solo di pochi passi.**

François đi theo, nhưng Buck chỉ lùi lại thêm vài bước.

**Dopo un po' François gettò a terra l'arma, frustrato.**

Một lúc sau, François ném vũ khí xuống vì tức giận.

**Pensava che Buck avesse paura di essere picchiato e che avrebbe fatto lo stesso senza far rumore.**

Anh ta nghĩ Buck sợ bị đánh và sẽ lặng lẽ đi tới.

**Ma Buck non stava evitando la punizione: stava lottando per ottenere un rango.**

Nhưng Buck không tránh khỏi hình phạt mà anh đang chiến đấu vì thứ hạng.

**Si era guadagnato il posto di capobranco combattendo fino alla morte**

Anh ấy đã giành được vị trí dẫn đầu thông qua một cuộc chiến đấu đến chết

**non si sarebbe accontentato di niente di meno che di essere il leader.**

ông ấy sẽ không chấp nhận bất cứ điều gì thấp hơn vị trí lãnh đạo.

**Perrault si unì all'inseguimento per aiutare a catturare il ribelle Buck.**

Perrault đã tham gia vào cuộc rượt đuổi để giúp bắt chú Buck nổi loạn.

**Insieme lo portarono in giro per l'accampamento per quasi un'ora.**

Họ cùng nhau chạy đưa anh ta đi vòng quanh trại trong gần một giờ.

**Gli scagliarono contro dei bastoni, ma Buck li schivò abilmente uno per uno.**

Họ ném gậy vào anh, nhưng Buck đều né được một cách khéo léo.

**Maledissero lui, i suoi antenati, i suoi discendenti e ogni suo capello.**

Họ nguyền rủa ông, tổ tiên ông, con cháu ông, và từng sợi tóc trên người ông.

**Ma Buck si limitò a ringhiare e a restare appena fuori dalla loro portata.**

Nhưng Buck chỉ gầm gừ đáp trả và đứng ngoài tầm với của họ.

**Non cercò mai di scappare, ma continuò a girare intorno all'accampamento deliberatamente.**

Anh ta không hề cố chạy trốn mà cố tình đi vòng quanh trại.

**Disse chiaramente che avrebbe obbedito una volta ottenuto ciò che voleva.**

Ông ấy nói rõ rằng ông ấy sẽ tuân theo một khi họ cho ông ấy thứ ông ấy muốn.

**Alla fine François si sedette e si grattò la testa, frustrato.**

Cuối cùng François ngồi xuống và gãi đầu vì thất vọng.

**Perrault controllò l'orologio, imprecò e borbottò qualcosa sul tempo perso.**

Perrault kiểm tra đồng hồ, chửi thề và lầm bầm về thời gian đã mất.

**Era già trascorsa un'ora, mentre avrebbero dovuto essere sulle tracce.**

Một giờ đã trôi qua khi họ đáng lẽ phải đi theo dấu vết.

**François alzò le spalle timidamente, guardando il corriere, che sospirò sconfitto.**

François nhún vai ngượng ngùng với người đưa thư, người này thở dài thất bại.

**Poi François si avvicinò a Solleks e chiamò ancora una volta Buck.**

Sau đó François bước đến chỗ Solleks và gọi Buck một lần nữa.

**Buck rise come ride un cane, ma mantenne una cauta distanza.**

Buck cười như một chú chó cười, nhưng vẫn giữ khoảng cách thận trọng.

**François tolse l'imbracatura a Solleks e lo rimise al suo posto.**

François tháo dây cương của Solleks và đưa nó trở về vị trí cũ.

**La squadra di slittini era completamente imbracata, con un solo posto libero.**

Đội xe trượt tuyết đã được trang bị đầy đủ, chỉ còn một chỗ trống.

**La posizione di comando rimase vuota, chiaramente riservata solo a Buck.**
Vị trí dẫn đầu vẫn còn trống, rõ ràng là chỉ dành cho một mình Buck.
**François chiamò di nuovo e di nuovo Buck rise e mantenne la sua posizione.**
François gọi lần nữa và Buck lại cười và đứng nguyên tại chỗ.
**«Gettate giù la mazza», ordinò Perrault senza esitazione.**
"Ném cây gậy xuống," Perrault ra lệnh mà không chút do dự.
**François obbedì e Buck si lanciò subito avanti con orgoglio.**
François vâng lời, và Buck ngay lập tức chạy về phía trước một cách kiêu hãnh.
**Rise trionfante e assunse la posizione di comando.**
Anh ta cười đắc thắng và bước lên vị trí dẫn đầu.
**François fissò le corde e la slitta si staccò.**
François đã cố định được dây kéo và chiếc xe trượt tuyết đã bị phá vỡ.
**Entrambi gli uomini corsero fianco a fianco mentre la squadra si lanciava lungo il sentiero del fiume.**
Cả hai người đàn ông chạy song song khi cả đội đua vào đường mòn ven sông.
**François aveva avuto una grande stima dei "due diavoli" di Buck,**
François đã đánh giá cao "hai con quỷ" của Buck,
**ma ben presto si rese conto di aver in realtà sottovalutato il cane.**
nhưng anh ta sớm nhận ra rằng thực ra anh ta đã đánh giá thấp con chó.
**Buck assunse rapidamente la leadership e si comportò in modo eccellente.**
Buck nhanh chóng đảm nhiệm vai trò lãnh đạo và thực hiện nhiệm vụ một cách xuất sắc.
**Buck superò Spitz per capacità di giudizio, rapidità di pensiero e rapidità di azione.**
Về khả năng phán đoán, tư duy nhanh nhạy và hành động nhanh, Buck đã vượt trội hơn Spitz.

**François non aveva mai visto un cane pari a quello che Buck mostrava ora.**
François chưa bao giờ nhìn thấy một con chó nào có thể sánh được với Buck lúc này.

**Ma Buck eccelleva davvero nel far rispettare l'ordine e nel imporre rispetto.**
Nhưng Buck thực sự xuất sắc trong việc thực thi trật tự và giành được sự tôn trọng.

**Dave e Solleks accettarono il cambiamento senza preoccupazioni o proteste.**
Dave và Solleks chấp nhận sự thay đổi mà không lo lắng hay phản đối.

**Si concentravano solo sul lavoro e tiravano forte le redini.**
Họ chỉ tập trung vào công việc và kéo mạnh dây cương.

**A loro importava poco chi guidasse, purché la slitta continuasse a muoversi.**
Họ không quan tâm ai là người dẫn đầu, miễn là chiếc xe trượt tuyết tiếp tục di chuyển.

**Billee, quella allegra, avrebbe potuto comandare per quel che volevano.**
Billee, người vui vẻ, có thể dẫn đầu mà không cần quan tâm.

**Ciò che contava per loro era la pace e l'ordine tra i ranghi.**
Điều quan trọng với họ là hòa bình và trật tự trong hàng ngũ.

**Il resto della squadra era diventato indisciplinato durante il declino di Spitz.**
Phần còn lại của đội trở nên hỗn loạn trong thời gian Spitz suy yếu.

**Rimasero sciocccati quando Buck li riportò immediatamente all'ordine.**
Họ đã rất sửng sốt khi Buck ngay lập tức bảo họ phải tuân theo.

**Pike era sempre stato pigro e aveva sempre tergiversato dietro a Buck.**
Pike luôn lười biếng và lê bước theo sau Buck.

**Ma ora è stato severamente disciplinato dalla nuova leadership.**

Nhưng giờ đây đã bị kỷ luật nghiêm khắc bởi ban lãnh đạo mới.

**E imparò rapidamente a dare il suo contributo alla squadra.**
Và anh ấy nhanh chóng học được cách thể hiện vai trò của mình trong đội.

**Alla fine della giornata, Pike lavorò più duramente che mai.**
Đến cuối ngày, Pike làm việc chăm chỉ hơn bao giờ hết.

**Quella notte all'accampamento, Joe, il cane scontroso, fu finalmente domato.**
Đêm đó trong trại, Joe, chú chó khó tính, cuối cùng đã bị khuất phục.

**Spitz non era riuscito a disciplinarlo, ma Buck non aveva fallito.**
Spitz đã không thể kỷ luật Buck, nhưng Buck thì không.

**Sfruttando il suo peso maggiore, Buck sopraffece Joe in pochi secondi.**
Với trọng lượng lớn hơn, Buck đã áp đảo Joe chỉ trong vài giây.

**Morse e picchiò Joe finché questi non si mise a piagnucolare e smise di opporre resistenza.**
Anh ta cắn và đánh Joe cho đến khi anh rên rỉ và ngừng chống cự.

**Da quel momento in poi l'intera squadra migliorò.**
Toàn đội đã tiến bộ kể từ thời điểm đó.

**I cani ritrovarono la loro antica unità e disciplina.**
Những chú chó đã lấy lại được sự đoàn kết và kỷ luật như trước.

**A Rink Rapids si sono uniti al gruppo due nuovi husky autoctoni, Teek e Koona.**
Tại Rink Rapids, hai chú chó husky bản địa mới, Teek và Koona, đã gia nhập.

**La rapidità con cui Buck li addestramento stupì perfino François.**
Sự huấn luyện nhanh chóng của Buck khiến ngay cả François cũng phải kinh ngạc.

**"Non è mai esistito un cane come quel Buck!" esclamò stupito.**

"Chưa từng có con chó nào như thế này!" Buck kêu lên vì kinh ngạc.
**"No, mai! Vale mille dollari, per Dio!"**
"Không, không bao giờ! Anh ta đáng giá một ngàn đô la, Chúa ơi!"
**"Eh? Che ne dici, Perrault?" chiese con orgoglio.**
"Hả? Anh nói sao, Perrault?" anh hỏi với vẻ tự hào.
**Perrault annuì in segno di assenso e controllò i suoi appunti.**
Perrault gật đầu đồng ý và kiểm tra lại ghi chú của mình.
**Siamo già in anticipo sui tempi e guadagniamo sempre di più ogni giorno.**
Chúng tôi đã đi trước tiến độ và đang tiến triển nhiều hơn mỗi ngày.
**Il sentiero era compatto e liscio, senza neve fresca.**
Đường mòn cứng và bằng phẳng, không có tuyết mới rơi.
**Il freddo era costante, con temperature che si aggravano sempre sui cinquanta gradi sotto zero.**
Nhiệt độ luôn ở mức âm năm mươi độ.
**Per scaldarsi e guadagnare tempo, gli uomini si alternavano a cavallo e a correre.**
Những người đàn ông thay phiên nhau cưỡi ngựa và chạy để giữ ấm và tiết kiệm thời gian.
**I cani correvano veloci, fermandosi di rado, spingendosi sempre in avanti.**
Những chú chó chạy nhanh, ít dừng lại và luôn tiến về phía trước.
**Il fiume Thirty Mile era per la maggior parte ghiacciato e facile da attraversare.**
Sông Thirty Mile hầu như đã đóng băng và có thể dễ dàng đi qua.
**In un giorno realizzarono ciò che per arrivare aveva impiegato dieci giorni.**
Họ đã đi ra ngoài chỉ trong một ngày trong khi phải mất mười ngày để đến nơi.
**Percorsero circa 96 chilometri dal lago Le Barge a White Horse.**

Họ chạy nước rút sáu mươi dặm từ Hồ Le Barge đến White Horse.
**Si muovevano a velocità incredibile attraverso i laghi Marsh, Tagish e Bennett.**
Chúng di chuyển cực kỳ nhanh qua các hồ Marsh, Tagish và Bennett.
**L'uomo che correva veniva trainato dietro la slitta con una corda.**
Người đàn ông đang chạy được kéo theo phía sau xe trượt tuyết bằng một sợi dây thừng.
**L'ultima notte della seconda settimana giunsero a destinazione.**
Vào đêm cuối cùng của tuần thứ hai, họ đã đến đích.
**Insieme avevano raggiunto la cima del White Pass.**
Họ đã cùng nhau lên đến đỉnh đèo White.
**Scesero fino al livello del mare, con le luci dello Skaguay sotto di loro.**
Họ hạ xuống mực nước biển với ánh đèn của Skaguay ở bên dưới.
**Era stata una corsa da record attraverso chilometri di fredda natura selvaggia.**
Đó là một cuộc chạy kỷ lục qua nhiều dặm đường hoang dã lạnh giá.
**Per quattordici giorni di fila percorsero in media circa quaranta miglia.**
Trong mười bốn ngày liên tiếp, trung bình họ đi được bốn mươi dặm.
**A Skaguay, Perrault e François trasportavano merci attraverso la città.**
Ở Skaguay, Perrault và François vận chuyển hàng hóa qua thị trấn.
**Furono applauditi e ricevettero numerose bevande dalla folla ammirata.**
Họ được đám đông ngưỡng mộ cổ vũ và tặng nhiều đồ uống.
**I cacciatori di cani e gli operai si sono riuniti attorno alla famosa squadra cinofila.**

Những người bắt chó và công nhân tụ tập quanh đội chó nghiệp vụ nổi tiếng.

**Poi i fuorilegge del West giunsero in città e subirono una violenta sconfitta.**

Sau đó, những kẻ ngoài vòng pháp luật phương Tây kéo đến thị trấn và phải chịu thất bại thảm hại.

**La gente si dimenticò presto della squadra e si concentrò sul nuovo dramma.**

Mọi người nhanh chóng quên đội bóng và tập trung vào bộ phim mới.

**Poi arrivarono i nuovi ordini che cambiarono tutto in un colpo.**

Sau đó, những mệnh lệnh mới được đưa ra đã thay đổi mọi thứ cùng một lúc.

**François chiamò Buck e lo abbracciò con orgoglio e lacrime.**

François gọi Buck lại và ôm chặt nó trong niềm tự hào tràn ngập nước mắt.

**Quel momento fu l'ultima volta che Buck vide di nuovo François.**

Khoảnh khắc đó là lần cuối cùng Buck nhìn thấy François lần nữa.

**Come molti altri uomini prima di lui, sia François che Perrault se n'erano andati.**

Giống như nhiều người đàn ông khác, cả François và Perrault đều đã ra đi.

**Un meticcio scozzese si prese cura di Buck e dei suoi compagni di squadra con i cani da slitta.**

Một người lai Scotland đã chăm sóc Buck và những người bạn chó kéo xe trượt tuyết của anh.

**Con una dozzina di altre mute di cani, ritornarono lungo il sentiero fino a Dawson.**

Cùng với hàng chục đội chó khác, họ quay trở lại theo đường mòn đến Dawson.

**Non si trattava più di una corsa veloce, ma solo di un duro lavoro con un carico pesante ogni giorno.**

Bây giờ không còn là cuộc chạy nhanh nữa mà chỉ là công việc nặng nhọc với gánh nặng mỗi ngày.

**Si trattava del treno postale che portava notizie ai cercatori d'oro vicino al Polo.**
Đây là chuyến tàu thư, mang tin tức đến cho những người đi săn vàng gần Cực.

**Buck non amava il lavoro, ma lo sopportò bene, essendo orgoglioso del suo impegno.**
Buck không thích công việc này nhưng vẫn chịu đựng và tự hào về nỗ lực của mình.

**Come Dave e Solleks, Buck dimostrava dedizione in ogni compito quotidiano.**
Giống như Dave và Solleks, Buck thể hiện sự tận tâm với mọi công việc hàng ngày.

**Si è assicurato che tutti i suoi compagni di squadra dessero il massimo.**
Anh ấy đảm bảo rằng mỗi thành viên trong nhóm đều hoàn thành tốt nhiệm vụ của mình.

**La vita sui sentieri divenne noiosa e si ripeteva con la precisione di una macchina.**
Cuộc sống trên đường mòn trở nên buồn tẻ, lặp đi lặp lại với độ chính xác như một cỗ máy.

**Ogni giorno era uguale, una mattina si fondeva con quella successiva.**
Mỗi ngày đều giống nhau, buổi sáng này trôi qua vào buổi sáng tiếp theo.

**Alla stessa ora, i cuochi si alzarono per accendere il fuoco e preparare il cibo.**
Cùng lúc đó, những người đầu bếp cũng dậy để nhóm lửa và chuẩn bị thức ăn.

**Dopo colazione alcuni lasciarono l'accampamento mentre altri attaccarono i cani.**
Sau bữa sáng, một số người rời trại trong khi những người khác dắt chó đi dạo.

**Raggiunsero il sentiero prima che il pallido segnale dell'alba sfiorasse il cielo.**
Họ lên đường trước khi ánh bình minh ló dạng trên bầu trời.

**Di notte si fermavano per accamparsi, e a ogni uomo veniva assegnato un compito.**

Vào ban đêm, họ dừng lại để dựng trại, mỗi người có một nhiệm vụ được giao.

**Alcuni montarono le tende, altri tagliarono la legna da ardere e raccolsero rami di pino.**

Một số người dựng lều, những người khác chặt củi và thu thập cành thông.

**Acqua o ghiaccio venivano portati ai cuochi per la cena serale.**

Nước hoặc đá được mang về cho đầu bếp để chuẩn bị cho bữa tối.

**I cani vennero nutriti e per loro quello fu il momento migliore della giornata.**

Những chú chó đã được cho ăn và đây là khoảng thời gian tuyệt vời nhất trong ngày đối với chúng.

**Dopo aver mangiato il pesce, i cani si rilassarono e oziarono vicino al fuoco.**

Sau khi ăn cá, những chú chó thư giãn và nằm dài gần đống lửa.

**Nel convoglio c'erano un centinaio di altri cani con cui socializzare.**

Có tới hàng trăm chú chó khác trong đoàn để hòa nhập.

**Molti di quei cani erano feroci e pronti a combattere senza preavviso.**

Nhiều con chó trong số đó rất hung dữ và có thể đánh nhau bất cứ lúc nào mà không báo trước.

**Ma dopo tre vittorie, Buck riuscì a domare anche i combattenti più feroci.**

Nhưng sau ba chiến thắng, Buck đã chế ngự được cả những võ sĩ hung dữ nhất.

**Ora, quando Buck ringhiò e mostrò i denti, loro si fecero da parte.**

Khi Buck gầm gừ và nhe răng, họ bước sang một bên.

**Forse la cosa più bella di tutte era che a Buck piaceva sdraiarsi vicino al fuoco tremolante.**

Có lẽ điều tuyệt vời nhất là Buck thích nằm gần đống lửa trại bập bùng.

**Si accovacciò, con le zampe posteriori ripiegate e quelle anteriori distese in avanti.**
Anh ta khom người, hai chân sau khép lại và hai chân trước duỗi thẳng về phía trước.

**Teneva la testa sollevata e sbatteva dolcemente le palpebre verso le fiamme ardenti.**
Anh ta ngẩng đầu lên và chớp mắt nhẹ nhàng nhìn ngọn lửa đang cháy.

**A volte ricordava la grande casa del giudice Miller a Santa Clara.**
Đôi khi ông nhớ lại ngôi nhà lớn của thẩm phán Miller ở Santa Clara.

**Pensò alla piscina di cemento, a Ysabel e al carlino di nome Toots.**
Anh nghĩ đến hồ bơi xi măng, đến Ysabel và chú chó pug tên là Toots.

**Ma più spesso si ricordava del bastone dell'uomo con il maglione rosso.**
Nhưng thường thì anh nhớ đến người đàn ông mặc áo len đỏ.

**Ricordava la morte di Curly e la sua feroce battaglia con Spitz.**
Ông nhớ lại cái chết của Xoăn và trận chiến dữ dội của nó với Spitz.

**Ricordava anche il buon cibo che aveva mangiato o che ancora sognava.**
Ông cũng nhớ lại những món ăn ngon mà ông đã từng ăn hoặc vẫn mơ thấy.

**Buck non aveva nostalgia di casa: la valle calda era lontana e irreale.**
Buck không nhớ nhà - thung lũng ấm áp thật xa xôi và không có thật.

**I ricordi della California non avevano più alcun fascino su di lui.**
Những ký ức về California không còn thực sự có sức hấp dẫn đối với anh nữa.

**Più forti della memoria erano gli istinti radicati nella sua stirpe.**

Mạnh mẽ hơn trí nhớ là bản năng ăn sâu vào dòng máu của anh.

**Le abitudini un tempo perdute erano tornate, ravvivate dal sentiero e dalla natura selvaggia.**

Những thói quen đã mất nay đã quay trở lại, được hồi sinh nhờ con đường mòn và thiên nhiên hoang dã.

**Mentre Buck osservava la luce del fuoco, a volte questa diventava qualcos'altro.**

Khi Buck nhìn ánh lửa, đôi khi nó trở thành thứ gì đó khác.

**Vide alla luce del fuoco un altro fuoco, più vecchio e più profondo di quello attuale.**

Anh nhìn thấy trong ánh lửa một ngọn lửa khác, cũ hơn và sâu hơn ngọn lửa hiện tại.

**Accanto all'altro fuoco era accovacciato un uomo che non somigliava per niente al cuoco meticcio.**

Bên cạnh đống lửa là một người đàn ông đang khom mình, không giống như gã đầu bếp lai.

**Questa figura aveva gambe corte, braccia lunghe e muscoli duri e contratti.**

Nhân vật này có chân ngắn, tay dài và cơ bắp cứng cáp.

**I suoi capelli erano lunghi e arruffati, e gli scendevano all'indietro a partire dagli occhi.**

Tóc anh ta dài và rối, chảy dài về phía sau từ mắt.

**Emetteva strani suoni e fissava l'oscurità con paura.**

Anh ta phát ra những âm thanh kỳ lạ và nhìn chằm chằm vào bóng tối trong sợ hãi.

**Teneva bassa una mazza di pietra, stretta saldamente nella sua mano lunga e ruvida.**

Anh ta cầm chặt một cây gậy đá trong bàn tay dài thô ráp của mình.

**L'uomo indossava ben poco: solo una pelle carbonizzata che gli pendeva lungo la schiena.**

Người đàn ông mặc rất ít quần áo; chỉ có một lớp da cháy xém rủ xuống lưng.

**Il suo corpo era ricoperto da una folta peluria sulle braccia, sul petto e sulle cosce.**

Cơ thể anh ta được bao phủ bởi lớp lông dày ở cánh tay, ngực và đùi.

**Alcune parti del pelo erano aggrovigliate e formavano chiazze di pelo ruvido.**

Một số phần tóc bị rối thành từng mảng lông thô.

**Non stava dritto, ma era piegato in avanti dai fianchi alle ginocchia.**

Ông ta không đứng thẳng mà khom người về phía trước từ hông đến đầu gối.

**I suoi passi erano elastici e felini, come se fosse sempre pronto a scattare.**

Bước chân của anh ta nhẹ nhàng và uyển chuyển như mèo, như thể luôn sẵn sàng nhảy vọt.

**C'era una forte allerta, come se vivesse nella paura costante.**

Có một sự cảnh giác sắc bén, như thể anh ta đang sống trong nỗi sợ hãi thường trực.

**Quest'uomo anziano sembrava aspettarsi il pericolo, indipendentemente dal fatto che questo venisse visto o meno.**

Người đàn ông cổ đại này dường như luôn mong đợi nguy hiểm, bất kể có nhìn thấy nguy hiểm hay không.

**A volte l'uomo peloso dormiva accanto al fuoco, con la testa tra le gambe.**

Đôi khi người đàn ông lông lá ngủ bên đống lửa, đầu kẹp giữa hai chân.

**Teneva i gomiti sulle ginocchia e le mani giunte sopra la testa.**

Khuỷu tay anh chống lên đầu gối, hai tay chắp lại trên đầu.

**Come un cane, usava le sue braccia pelose per proteggersi dalla pioggia che cadeva.**

Giống như một chú chó, anh ta dùng cánh tay đầy lông của mình để rũ mưa rơi.

**Oltre la luce del fuoco, Buck vide due carboni ardenti che ardevano nell'oscurità.**

Phía sau ánh lửa, Buck nhìn thấy hai cục than đang cháy sáng trong bóng tối.

**Sempre a due a due, erano gli occhi delle bestie da preda.**

Luôn luôn là hai con mắt của những con thú săn mồi rình mồi.
**Sentì corpi che si infrangevano tra i cespugli e rumori provenienti dalla notte.**
Anh nghe thấy tiếng người va vào bụi rậm và những âm thanh phát ra trong đêm.
**Sdraiato sulla riva dello Yukon, sbattendo le palpebre, Buck sognò accanto al fuoco.**
Nằm trên bờ sông Yukon, chớp mắt, Buck mơ màng bên đống lửa.
**Le immagini e i suoni di quel mondo selvaggio gli fecero rizzare i capelli.**
Cảnh tượng và âm thanh của thế giới hoang dã đó khiến tóc anh dựng đứng.
**La pelliccia gli si drizzò lungo la schiena, sulle spalle e sul collo.**
Lông mọc dọc theo lưng, vai và lên đến cổ.
**Gemeva piano o emetteva un ringhio basso dal profondo del petto.**
Anh ta rên rỉ khe khẽ hoặc gầm gừ trong lồng ngực.
**Allora il cuoco meticcio urlò: "Ehi, Buck, svegliati!"**
Sau đó, gã đầu bếp lai hét lên: "Này, Buck, dậy đi!"
**Il mondo dei sogni svanì e la vera vita tornò agli occhi di Buck.**
Thế giới trong mơ biến mất, và cuộc sống thực sự trở lại trước mắt Buck.
**Si sarebbe alzato, si sarebbe stiracchiato e avrebbe sbadigliato, come se si fosse svegliato da un pisolino.**
Anh ta định đứng dậy, vươn vai và ngáp như thể vừa mới ngủ dậy.
**Il viaggio era duro, con la slitta postale che li trascinava dietro.**
Chuyến đi thật vất vả vì xe trượt thư kéo lê phía sau.
**Carichi pesanti e lavoro duro sfinivano i cani ogni lunga giornata.**
Những gánh nặng và công việc khó khăn đã làm kiệt sức những chú chó sau một ngày dài.

**Arrivarono a Dawson magro, stanco e con bisogno di più di una settimana di riposo.**
Họ đến Dawson trong tình trạng gầy gò, mệt mỏi và cần phải nghỉ ngơi hơn một tuần.

**Ma solo due giorni dopo ripartirono per lo Yukon.**
Nhưng chỉ hai ngày sau, họ lại lên đường xuôi dòng Yukon.

**Erano carichi di altre lettere dirette al mondo esterno.**
Chúng chứa đầy những lá thư gửi đi thế giới bên ngoài.

**I cani erano esausti e gli uomini si lamentavano in continuazione.**
Những chú chó thì kiệt sức còn những người đàn ông thì liên tục phàn nàn.

**Ogni giorno cadeva la neve, ammorbidendo il sentiero e rallentando le slitte.**
Tuyết rơi mỗi ngày, làm mềm đường mòn và làm chậm tốc độ của xe trượt tuyết.

**Ciò rendeva la trazione più dura e aumentava la resistenza delle guide.**
Điều này làm cho việc kéo trở nên khó khăn hơn và gây nhiều lực cản hơn lên người chạy.

**Nonostante ciò, i piloti si sono dimostrati leali e hanno avuto cura delle loro squadre.**
Mặc dù vậy, các tay đua vẫn rất công bằng và quan tâm đến đội của mình.

**Ogni notte, i cani venivano nutriti prima che gli uomini mangiassero.**
Mỗi đêm, những chú chó được cho ăn trước khi những người đàn ông được ăn.

**Nessun uomo dormiva prima di controllare le zampe del proprio cane.**
Không người đàn ông nào ngủ mà không kiểm tra chân chó của mình.

**Tuttavia, i cani diventavano sempre più deboli man mano che i chilometri consumavano i loro corpi.**
Tuy nhiên, những chú chó ngày càng yếu đi vì quãng đường đã đi qua.

**Avevano viaggiato per milleottocento miglia durante l'inverno.**
Họ đã đi được một ngàn tám trăm dặm trong suốt mùa đông.

**Percorrevano ogni miglio di quella distanza brutale trainando le slitte.**
Họ kéo xe trượt tuyết băng qua từng dặm đường khắc nghiệt đó.

**Anche i cani da slitta più resistenti provano tensione dopo tanti chilometri.**
Ngay cả những chú chó kéo xe bền bỉ nhất cũng cảm thấy mệt mỏi sau nhiều dặm đường.

**Buck tenne duro, fece sì che la sua squadra lavorasse e mantenne la disciplina.**
Buck vẫn trụ vững, duy trì hoạt động của nhóm và duy trì kỷ luật.

**Ma Buck era stanco, proprio come gli altri durante il lungo viaggio.**
Nhưng Buck cũng mệt mỏi như những người khác trong chuyến đi dài.

**Billee piagnucolava e piangeva nel sonno ogni notte, senza sosta.**
Billee rên rỉ và khóc trong lúc ngủ mỗi đêm không hề sai sót.

**Joe diventò ancora più amareggiato e Solleks rimase freddo e distante.**
Joe càng trở nên cay đắng hơn, còn Solleks vẫn lạnh lùng và xa cách.

**Ma è stato Dave a soffrire di più di tutta la squadra.**
Nhưng Dave là người chịu tổn thương nặng nề nhất trong cả đội.

**Qualcosa dentro di lui era andato storto, anche se nessuno sapeva cosa.**
Có điều gì đó không ổn bên trong anh, mặc dù không ai biết đó là gì.

**Divenne più lunatico e aggredì gli altri con rabbia crescente.**
Ông trở nên cáu kỉnh hơn và quát tháo người khác khi cơn giận ngày một tăng.

**Ogni notte andava dritto al suo nido, in attesa di essere nutrito.**
Mỗi đêm, chú chim bay thẳng về tổ, chờ được cho ăn.
**Una volta a terra, Dave non si alzò più fino al mattino.**
Sau khi nằm xuống, Dave không thể đứng dậy cho đến sáng.
**Sulle redini, gli improvvisi strattoni o sussulti lo facevano gridare di dolore.**
Trên dây cương, những cú giật hoặc khởi động đột ngột đều khiến anh ta kêu lên vì đau.
**L'autista ha cercato di capirne la causa, ma non ha trovato ferite.**
Tài xế của anh đã tìm kiếm nguyên nhân nhưng không thấy anh bị thương.
**Tutti gli autisti cominciarono a osservare Dave e a discutere del suo caso.**
Tất cả các tài xế bắt đầu chú ý đến Dave và thảo luận về trường hợp của anh.
**Parlarono durante i pasti e durante l'ultima sigaretta della giornata.**
Họ trò chuyện trong bữa ăn và trong lúc hút thuốc cuối cùng trong ngày.
**Una notte tennero una riunione e portarono Dave al fuoco.**
Một đêm nọ, họ họp và đưa Dave đến đống lửa.
**Gli premevano e palpavano il corpo e lui gridava spesso.**
Họ ấn và thăm dò cơ thể ông, và ông thường xuyên kêu khóc.
**Era evidente che qualcosa non andava, anche se non sembrava esserci nessuna frattura.**
Rõ ràng là có điều gì đó không ổn, mặc dù không có chiếc xương nào bị gãy.
**Quando arrivarono al Cassiar Bar, Dave stava cadendo.**
Khi họ tới Cassiar Bar, Dave đang ngã xuống.
**Il meticcio scozzese impose uno stop e rimosse Dave dalla squadra.**
Người lai Scotland đã dừng lại và đuổi Dave ra khỏi đội.
**Fissò Solleks al posto di Dave, il più vicino possibile alla parte anteriore della slitta.**

Anh ta buộc Solleks vào vị trí của Dave, gần phía trước xe trượt tuyết nhất.

**Voleva lasciare che Dave riposasse e corresse libero dietro la slitta in movimento.**

Anh ấy định để Dave nghỉ ngơi và chạy tự do phía sau chiếc xe trượt tuyết đang chuyển động.

**Ma nonostante la malattia, Dave odiava che gli venisse tolto il lavoro che aveva ricoperto.**

Nhưng ngay cả khi bị bệnh, Dave vẫn ghét việc bị cướp mất công việc mà anh từng làm.

**Ringhiò e piagnucolò quando gli strapparono le redini dal corpo.**

Anh ta gầm gừ và rên rỉ khi dây cương bị kéo ra khỏi người anh ta.

**Quando vide Solleks al suo posto, pianse disperato.**

Khi nhìn thấy Solleks ở vị trí của mình, ông đã khóc vì đau đớn tột cùng.

**L'orgoglio per il lavoro sui sentieri era profondo in Dave, anche quando la morte si avvicinava.**

Niềm tự hào về công việc thám hiểm đường mòn vẫn luôn sâu thẳm trong Dave, ngay cả khi cái chết đang đến gần.

**Mentre la slitta si muoveva, Dave arrancava nella neve soffice vicino al sentiero.**

Khi chiếc xe trượt tuyết di chuyển, Dave loạng choạng đi qua lớp tuyết mềm gần đường mòn.

**Attaccò Solleks, mordendolo e spingendolo giù dal lato della slitta.**

Anh ta tấn công Solleks bằng cách cắn và đẩy anh ta ra khỏi xe trượt tuyết.

**Dave cercò di saltare nell'imbracatura e di riprendersi il suo posto di lavoro.**

Dave cố gắng nhảy vào dây an toàn và giành lại vị trí làm việc của mình.

**Lui guaiva, si lamentava e piangeva, diviso tra il dolore e l'orgoglio del parto.**

Anh ấy hét lên, rên rỉ và khóc lóc, giằng xé giữa nỗi đau và niềm tự hào khi chuyển dạ.

**Il meticcio usò la frusta per cercare di allontanare Dave dalla squadra.**

Người con lai này đã dùng roi để cố đuổi Dave ra khỏi đội.

**Ma Dave ignorò la frustata e l'uomo non riuscì a colpirlo più forte.**

Nhưng Dave không để ý đến đòn roi, và gã đàn ông kia không thể đánh anh mạnh hơn được nữa.

**Dave rifiutò il sentiero più facile dietro la slitta, dove la neve era compatta.**

Dave từ chối đi theo con đường dễ dàng hơn phía sau xe trượt tuyết, nơi tuyết phủ dày.

**Invece, si ritrovò a lottare nella neve profonda, ai lati del sentiero, in preda alla miseria.**

Thay vào đó, anh ta vật lộn trong lớp tuyết dày bên cạnh con đường mòn, trong đau khổ.

**Alla fine Dave crollò, giacendo sulla neve e urlando di dolore.**

Cuối cùng, Dave ngã gục, nằm trên tuyết và rên rỉ vì đau đớn.

**Lanciò un grido mentre la lunga fila di slitte gli passava accanto una dopo l'altra.**

Anh ấy kêu lên khi đoàn xe trượt tuyết dài lần lượt đi qua.

**Tuttavia, con le poche forze che gli rimanevano, si alzò e barcollò dietro di loro.**

Tuy nhiên, với chút sức lực còn lại, anh đứng dậy và loạng choạng đi theo họ.

**Quando il treno si fermò di nuovo, lo raggiunse e trovò la sua vecchia slitta.**

Khi tàu dừng lại lần nữa, anh ta đuổi kịp và tìm thấy chiếc xe trượt tuyết cũ của mình.

**Superò con difficoltà le altre squadre e tornò a posizionarsi accanto a Solleks.**

Anh ta loạng choạng đi qua các đội khác và lại đứng cạnh Solleks.

**Mentre l'autista si fermava per accendere la pipa, Dave colse l'ultima occasione.**

Khi người lái xe dừng lại để châm thuốc, Dave đã nắm lấy cơ hội cuối cùng của mình.

**Quando l'autista tornò e urlò, la squadra non avanzò.**
Khi người lái xe quay lại và hét lớn, cả đoàn không tiến lên nữa.
**I cani avevano girato la testa, confusi dall'improvviso arresto.**
Những con chó quay đầu lại, tỏ vẻ bối rối vì sự dừng lại đột ngột.
**Anche il conducente era sciocccato: la slitta non si era mossa di un centimetro in avanti.**
Người lái xe cũng bị sốc - chiếc xe trượt tuyết không hề di chuyển về phía trước một inch nào.
**Chiamò gli altri perché venissero a vedere cosa era successo.**
Anh ta gọi những người khác đến xem chuyện gì đã xảy ra.
**Dave aveva masticato le redini di Solleks, spezzandole entrambe.**
Dave đã cắn đứt dây cương của Solleks, làm cả hai đứt ra.
**Ora era di nuovo in piedi davanti alla slitta, nella sua giusta posizione.**
Bây giờ anh ấy đã đứng trước xe trượt tuyết, trở lại đúng vị trí của mình.
**Dave alzò lo sguardo verso l'autista, implorandolo silenziosamente di restare al passo.**
Dave nhìn lên người lái xe, thầm cầu xin anh ta giữ nguyên tốc độ.
**L'autista era perplesso e non sapeva cosa fare per il cane in difficoltà.**
Người lái xe tỏ ra bối rối, không biết phải làm gì với chú chó đang vật lộn.
**Gli altri uomini parlavano di cani morti perché li avevano portati fuori.**
Những người đàn ông khác kể về những con chó đã chết khi bị đưa ra ngoài.
**Raccontavano di cani vecchi o feriti il cui cuore si era spezzato quando erano stati abbandonati.**
Họ kể về những chú chó già hoặc bị thương, có trái tim tan vỡ khi bị bỏ lại.

**Concordarono che era un atto di misericordia lasciare che Dave morisse mentre era ancora imbrigliato.**

Họ đồng ý rằng thật là thương xót khi để Dave chết khi vẫn còn trong dây cương.

**Fu rimesso in sicurezza sulla slitta e Dave tirò con orgoglio.**

Anh ấy được buộc lại vào xe trượt tuyết và Dave kéo xe một cách đầy tự hào.

**Anche se a volte gridava, lavorava come se il dolore potesse essere ignorato.**

Mặc dù đôi khi ông kêu khóc, nhưng ông vẫn làm việc như thể cơn đau có thể bị bỏ qua.

**Più di una volta cadde e fu trascinato prima di rialzarsi.**

Ông đã ngã và bị kéo đi nhiều lần trước khi đứng dậy được.

**A un certo punto la slitta gli rotolò addosso e da quel momento in poi zoppicò.**

Một lần, chiếc xe trượt tuyết lăn qua người anh và anh đi khập khiễng từ lúc đó.

**Nonostante ciò, lavorò finché non raggiunse l'accampamento e poi si sdraiò accanto al fuoco.**

Tuy nhiên, ông vẫn làm việc cho đến khi tới trại, rồi nằm bên đống lửa.

**Al mattino Dave era troppo debole per muoversi o anche solo per stare in piedi.**

Đến sáng, Dave đã quá yếu để có thể di chuyển hoặc thậm chí là đứng thẳng.

**Al momento di allacciare l'imbracatura, cercò di raggiungere il suo autista con sforzi tremanti.**

Khi đến giờ thắng ngựa, anh ta run rẩy cố gắng tiếp cận người lái xe.

**Si sforzò di rialzarsi, barcollò e crollò sul terreno innevato.**

Anh ta cố gắng đứng dậy, loạng choạng rồi ngã xuống nền đất đầy tuyết.

**Utilizzando le zampe anteriori, trascinò il suo corpo verso la zona dell'imbracatura.**

Anh ta dùng hai chân trước kéo cơ thể về phía khu vực buộc dây cương.

**Si fece avanti, centimetro dopo centimetro, verso i cani da lavoro.**

Anh ta nhích từng inch một về phía những chú chó nghiệp vụ.

**Le forze gli cedettero, ma continuò a muoversi nel suo ultimo disperato tentativo.**

Sức lực của anh đã cạn kiệt, nhưng anh vẫn tiếp tục di chuyển trong nỗ lực tuyệt vọng cuối cùng của mình.

**I suoi compagni di squadra lo videro ansimare nella neve, ancora desideroso di unirsi a loro.**

Các đồng đội của anh nhìn thấy anh thở hổn hển trên tuyết, vẫn khao khát được tham gia cùng họ.

**Lo sentirono urlare di dolore mentre si lasciavano alle spalle l'accampamento.**

Họ nghe thấy tiếng anh ấy hú lên vì đau buồn khi họ rời khỏi trại.

**Mentre la squadra svaniva tra gli alberi, il grido di Dave risuonava dietro di loro.**

Khi cả đội biến mất sau những hàng cây, tiếng kêu của Dave vẫn vang vọng phía sau họ.

**Il treno delle slitte si fermò brevemente dopo aver attraversato un tratto di fiume ricco di boschi.**

Đoàn tàu trượt tuyết dừng lại một lúc sau khi băng qua một đoạn sông gỗ.

**Il meticcio scozzese tornò lentamente verso l'accampamento alle sue spalle.**

Người lai Scotland chậm rãi bước trở về trại phía sau.

**Gli uomini smisero di parlare quando lo videro scendere dal treno delle slitte.**

Những người đàn ông ngừng nói chuyện khi thấy anh ta rời khỏi đoàn tàu trượt tuyết.

**Poi un singolo colpo di pistola risuonò chiaro e netto attraverso il sentiero.**

Rồi một tiếng súng vang lên rõ ràng và sắc nét dọc theo con đường mòn.

**L'uomo tornò rapidamente e prese il suo posto senza dire una parola.**

Người đàn ông nhanh chóng quay lại và ngồi vào chỗ của mình mà không nói một lời.
**Le fruste schioccavano, i campanelli tintinnavano e le slitte avanzavano sulla neve.**
Tiếng roi quất, tiếng chuông leng keng và tiếng xe trượt tuyết lăn trên tuyết.
**Ma Buck sapeva cosa era successo, come tutti gli altri cani.**
Nhưng Buck biết chuyện gì đã xảy ra—và mọi con chó khác cũng vậy.

## La fatica delle redini e del sentiero
### Sự vất vả của cương ngựa và đường mòn

**Trenta giorni dopo aver lasciato Dawson, la Salt Water Mail raggiunse Skaguay.**
Ba mươi ngày sau khi rời Dawson, tàu Salt Water Mail đã đến Skaguay.
**Buck e i suoi compagni di squadra presero il comando e arrivarono in condizioni pietose.**
Buck và các đồng đội đã vươn lên dẫn đầu, nhưng đến nơi trong tình trạng rất thảm thương.
**Buck era sceso da 140 a 150 chili.**
Buck đã giảm từ một trăm bốn mươi pound xuống còn một trăm mười lăm pound.
**Gli altri cani, sebbene più piccoli, avevano perso ancora più peso corporeo.**
Những con chó khác, mặc dù nhỏ hơn, nhưng lại sụt cân nhiều hơn.
**Pike, che una volta zoppicava fingendo, ora trascinava dietro di sé una gamba veramente ferita.**
Pike, trước đây là một kẻ tập tễnh giả tạo, giờ đây phải lê một chân thực sự bị thương theo sau.
**Solleks zoppicava gravemente e Dub aveva una scapola slogata.**
Solleks đi khập khiễng, còn Dub thì bị trật xương bả vai.
**Tutti i cani del team avevano i piedi doloranti a causa delle settimane trascorse sul sentiero ghiacciato.**
Mọi chú chó trong đội đều bị đau chân vì phải đi trên đường mòn đóng băng nhiều tuần.
**Non avevano più slancio nei loro passi, solo un movimento lento e trascinato.**
Bước chân của họ không còn chút sức bật nào nữa, chỉ còn chuyển động chậm chạp, lê thê.
**I loro piedi colpivano il sentiero con forza e ogni passo aggiungeva ulteriore sforzo al loro corpo.**
Bàn chân họ chạm mạnh vào con đường mòn, mỗi bước chân lại khiến cơ thể họ thêm căng thẳng.

**Non erano malati, erano solo stremati oltre ogni possibile guarigione naturale.**
Họ không bị bệnh, chỉ bị kiệt sức đến mức không thể phục hồi tự nhiên được.

**Non si trattava della stanchezza di una giornata faticosa, curata con una notte di riposo.**
Đây không phải là sự mệt mỏi sau một ngày làm việc vất vả, được chữa khỏi bằng một đêm nghỉ ngơi.

**Era una stanchezza accumulata lentamente attraverso mesi di sforzi estenuanti.**
Đó là sự kiệt sức tích tụ dần qua nhiều tháng nỗ lực không ngừng nghỉ.

**Non era rimasta alcuna riserva di forze: avevano esaurito ogni energia a loro disposizione.**
Không còn sức lực dự trữ nào nữa — họ đã sử dụng hết mọi thứ họ có.

**Ogni muscolo, fibra e cellula del loro corpo era consumato e usurato.**
Mọi cơ, sợi và tế bào trong cơ thể họ đều kiệt sức và mòn mỏi.

**E c'era un motivo: avevano percorso duemilacinquecento miglia.**
Và có một lý do - họ đã đi được hai ngàn năm trăm dặm.

**Si erano riposati solo cinque giorni durante le ultime milleottocento miglia.**
Họ chỉ nghỉ ngơi năm ngày trong suốt chặng đường dài một nghìn tám trăm dặm.

**Quando giunsero a Skaguay, sembrava che riuscissero a malapena a stare in piedi.**
Khi họ đến Skaguay, trông họ như thể không thể đứng thẳng được nữa.

**Facevano fatica a tenere le redini strette e a restare davanti alla slitta.**
Họ cố gắng giữ chặt dây cương và đi trước xe trượt tuyết.

**Nei pendii in discesa riuscivano solo a evitare di essere investiti.**
Khi xuống dốc, họ chỉ có thể tránh được việc bị xe cán qua.

"Continuate a marciare, poveri piedi doloranti", disse l'autista mentre zoppicavano.

"Tiến lên, đôi chân đau nhức tội nghiệp," người lái xe nói khi họ khập khiễng bước đi.

"Questo è l'ultimo tratto, poi ci prenderemo tutti un lungo riposo, di sicuro."

"Đây là chặng cuối cùng, sau đó chắc chắn tất cả chúng ta sẽ được nghỉ ngơi một thời gian dài."

"Un riposo davvero lungo", promise, guardandoli barcollare in avanti.

"Một giấc ngủ thật dài", anh hứa, nhìn họ loạng choạng tiến về phía trước.

**Gli autisti si aspettavano una lunga e necessaria pausa.**

Các tài xế hy vọng rằng họ sẽ có được một kỳ nghỉ dài và cần thiết.

**Avevano percorso milleduecento miglia con solo due giorni di riposo.**

Họ đã đi được một ngàn hai trăm dặm chỉ với hai ngày nghỉ ngơi.

**Per correttezza e ragione, ritenevano di essersi guadagnati un po' di tempo per rilassarsi.**

Công bằng mà nói, họ cảm thấy họ xứng đáng có thời gian để thư giãn.

**Ma troppi erano giunti nel Klondike e troppo pochi erano rimasti a casa.**

Nhưng có quá nhiều người đến Klondike và quá ít người ở lại nhà.

**Le lettere delle famiglie continuavano ad arrivare, creando pile di posta in ritardo.**

Thư từ các gia đình liên tục gửi đến, tạo thành những đống thư bị chậm trễ.

**Arrivarono gli ordini ufficiali: i nuovi cani della Hudson Bay avrebbero preso il sopravvento.**

Lệnh chính thức đã đến—những chú chó mới của Hudson Bay sẽ tiếp quản nhiệm vụ.

**I cani esausti, ormai considerati inutili, dovevano essere eliminati.**

Những con chó kiệt sức, giờ đây bị coi là vô giá trị, sẽ bị loại bỏ.
**Poiché i soldi erano più importanti dei cani, venivano venduti a basso prezzo.**
Vì tiền quan trọng hơn chó nên chúng sẽ được bán với giá rẻ.
**Passarono altri tre giorni prima che i cani si accorgessero di quanto fossero deboli.**
Ba ngày nữa trôi qua trước khi những chú chó cảm thấy chúng yếu đến mức nào.
**La quarta mattina, due uomini provenienti dagli Stati Uniti acquistarono l'intera squadra.**
Sáng ngày thứ tư, hai người đàn ông từ Hoa Kỳ đã mua toàn bộ đội.
**La vendita comprendeva tutti i cani e le loro imbracature usate.**
Việc bán đấu giá bao gồm tất cả những con chó cùng với bộ dây nịt đã qua sử dụng của chúng.
**Mentre concludevano l'affare, gli uomini si chiamavano tra loro "Hal" e "Charles".**
Những người đàn ông gọi nhau là "Hal" và "Charles" khi họ hoàn tất giao dịch.
**Charles era un uomo di mezza età, pallido, con labbra molli e folti baffi.**
Charles đã ở độ tuổi trung niên, nước da nhợt nhạt, đôi môi mềm mại và bộ ria mép rậm rạp.
**Hal era un giovane, forse diciannove anni, che indossava una cintura imbottita di cartucce.**
Hal là một thanh niên, khoảng mười chín tuổi, đeo thắt lưng nhét đầy đạn.
**Nella cintura erano contenuti un grosso revolver e un coltello da caccia, entrambi inutilizzati.**
Thắt lưng đựng một khẩu súng lục lớn và một con dao săn, cả hai đều chưa sử dụng.
**Dimostrava quanto fosse inesperto e inadatto alla vita nel Nord.**
Điều này cho thấy ông thiếu kinh nghiệm và không phù hợp với cuộc sống ở miền Bắc.

**Nessuno dei due uomini viveva in natura; la loro presenza sfidava ogni ragionevolezza.**
Cả hai người đều không thuộc về nơi hoang dã; sự hiện diện của họ thách thức mọi lý lẽ.

**Buck osservava lo scambio di denaro tra l'acquirente e l'agente.**
Buck theo dõi việc trao đổi tiền giữa người mua và người môi giới.

**Sapeva che i conducenti dei treni postali stavano abbandonando la sua vita come tutti gli altri.**
Ông biết những người lái tàu thư cũng sắp rời bỏ cuộc sống của ông như những người khác.

**Seguirono Perrault e François, ormai scomparsi.**
Họ đi theo Perrault và François, lúc này đã không còn ai gọi họ nữa.

**Buck e la squadra vennero condotti al disordinato accampamento dei loro nuovi proprietari.**
Buck và nhóm của anh được dẫn đến trại tạm trú tồi tàn của chủ sở hữu mới.

**La tenda cedeva, i piatti erano sporchi e tutto era in disordine.**
Chiếc lều lún xuống, bát đĩa bẩn và mọi thứ đều lộn xộn.

**Anche Buck notò una donna lì: Mercedes, moglie di Charles e sorella di Hal.**
Buck cũng để ý thấy một người phụ nữ ở đó - Mercedes, vợ của Charles và là em gái của Hal.

**Formavano una famiglia completa, anche se erano tutt'altro che adatti al sentiero.**
Họ tạo thành một gia đình hoàn chỉnh, mặc dù không phù hợp với con đường mòn.

**Buck osservava nervosamente mentre il trio iniziava a impacchettare le provviste.**
Buck lo lắng theo dõi bộ ba bắt đầu đóng gói đồ tiếp tế.

**Lavoravano duro ma senza ordine, solo confusione e sforzi sprecati.**
Họ làm việc chăm chỉ nhưng không có trật tự, chỉ gây phiền phức và lãng phí công sức.

**La tenda era arrotolata fino a formare una sagoma ingombrante, decisamente troppo grande per la slitta.**
Chiếc lều được cuộn lại thành một hình dạng cồng kềnh, quá lớn so với chiếc xe trượt tuyết.

**I piatti sporchi venivano imballati senza essere stati né lavati né asciugati.**
Bát đĩa bẩn được đóng gói mà không được rửa hoặc sấy khô.

**Mercedes svolazzava in giro, parlando, correggendo e intromettendosi in continuazione.**
Mercedes bay lượn khắp nơi, liên tục nói chuyện, sửa lỗi và can thiệp.

**Quando le misero un sacco davanti, lei insistette perché lo mettesse dietro.**
Khi đặt một cái bao lên phía trước, cô ấy nhất quyết đặt nó lên phía sau.

**Mise il sacco in fondo e un attimo dopo ne ebbe bisogno.**
Cô nhét chiếc túi vào đáy và ngay sau đó cô đã cần đến nó.

**Quindi la slitta venne disimballata di nuovo per raggiungere quella specifica borsa.**
Vì vậy, chiếc xe trượt tuyết lại được mở ra để lấy chiếc túi cụ thể đó.

**Lì vicino, tre uomini stavano fuori da una tenda e osservavano la scena che si svolgeva.**
Gần đó, ba người đàn ông đứng bên ngoài một chiếc lều, quan sát cảnh tượng đang diễn ra.

**Sorrisero, ammiccarono e sogghignarono di fronte all'evidente confusione dei nuovi arrivati.**
Họ mỉm cười, nháy mắt và cười toe toét trước vẻ bối rối rõ ràng của những người mới đến.

**"Hai già un carico parecchio pesante", disse uno degli uomini.**
"Anh đã mang trên mình một gánh nặng rồi đấy", một trong những người đàn ông nói.

**"Non credo che dovresti portare quella tenda, ma la scelta è tua."**
"Tôi không nghĩ bạn nên mang theo chiếc lều đó, nhưng đó là lựa chọn của bạn."

"Impensabile!" esclamò Mercedes, alzando le mani in segno di disperazione.

"Thật không thể tưởng tượng nổi!" Mercedes kêu lên, giơ hai tay lên trời trong tuyệt vọng.

"Come potrei viaggiare senza una tenda sotto cui dormire?"

"Làm sao tôi có thể đi du lịch nếu không có lều để trú ẩn?"

«È primavera, non vedrai più il freddo», rispose l'uomo.

"Mùa xuân rồi, anh sẽ không còn thấy thời tiết lạnh nữa đâu", người đàn ông trả lời.

Ma lei scosse la testa e loro continuarono ad accumulare oggetti sulla slitta.

Nhưng cô lắc đầu, và họ tiếp tục chất đồ lên xe trượt tuyết.

Il carico era pericolosamente alto mentre aggiungevano gli ultimi oggetti.

Tải trọng tăng cao một cách nguy hiểm khi họ thêm những thứ cuối cùng vào.

"Pensi che la slitta andrà avanti?" chiese uno degli uomini con aria scettica.

"Anh nghĩ là xe trượt tuyết có chạy được không?" Một người đàn ông hỏi với vẻ hoài nghi.

"E perché non dovrebbe?" ribatté Charles con netto fastidio.

"Tại sao lại không?" Charles quát lại với vẻ khó chịu tột độ.

"Oh, va bene", disse rapidamente l'uomo, evitando di offendersi.

"Ồ, không sao đâu," người đàn ông nhanh chóng nói, tránh né sự xúc phạm.

"Mi chiedevo solo: mi sembrava un po' troppo pesante nella parte superiore."

"Tôi chỉ thắc mắc thôi — với tôi thì nó trông có vẻ hơi nặng phần trên."

Charles si voltò e legò il carico meglio che poté.

Charles quay đi và cố gắng buộc chặt vật nặng hết mức có thể.

Ma le legature erano allentate e l'imballaggio nel complesso era fatto male.

Nhưng dây buộc lỏng lẻo và việc đóng gói nhìn chung không được tốt.

"Certo, i cani tireranno così tutto il giorno", disse sarcasticamente un altro uomo.

"Chắc chắn rồi, lũ chó sẽ kéo như thế cả ngày", một người đàn ông khác nói một cách mỉa mai.

«Certamente», rispose Hal freddamente, afferrando il lungo timone della slitta.

"Tất nhiên rồi," Hal lạnh lùng đáp, nắm lấy cần lái dài của xe trượt tuyết.

Tenendo una mano sul palo, faceva roteare la frusta nell'altra.

Một tay anh ta cầm cây sào, tay kia vung roi.

"Andiamo!" urlò. "Muovetevi!", incitando i cani a partire.

"Đi thôi!" anh ta hét lên. "Đi nào!" thúc giục lũ chó bắt đầu.

I cani si appoggiarono all'imbracatura e si sforzarono per qualche istante.

Những chú chó dựa vào dây nịt và căng thẳng trong vài phút.

Poi si fermarono, incapaci di spostare di un centimetro la slitta sovraccarica.

Sau đó, họ dừng lại, không thể di chuyển chiếc xe trượt tuyết quá tải một inch nào.

"Quei fannulloni!" urlò Hal, alzando la frusta per colpirli.

"Lũ súc vật lười biếng!" Hal hét lên, giơ roi lên định đánh chúng.

Ma Mercedes si precipitò dentro e strappò la frusta dalle mani di Hal.

Nhưng Mercedes đã lao vào và giật lấy chiếc roi từ tay Hal.

«Oh, Hal, non osare far loro del male», gridò allarmata.

"Ôi, Hal, đừng có mà làm hại họ," cô kêu lên trong hoảng sợ.

"Promettimi che sarai gentile con loro, altrimenti non farò un altro passo."

"Hứa với tôi là anh sẽ tử tế với họ, nếu không tôi sẽ không tiến thêm bước nào nữa đâu."

"Non sai niente di cani", scattò Hal contro la sorella.

"Em chẳng biết gì về chó cả," Hal quát vào mặt chị gái mình.

"Sono pigri e l'unico modo per smuoverli è frustarli."

"Chúng lười biếng, và cách duy nhất để di chuyển chúng là dùng roi quất chúng."

"Chiedi a chiunque, chiedi a uno di quegli uomini laggiù se dubiti di me."

"Hãy hỏi bất kỳ ai—hãy hỏi một trong những người đàn ông đằng kia nếu bạn nghi ngờ tôi."

**Mercedes guardò gli astanti con occhi imploranti e pieni di lacrime.**

Mercedes nhìn những người đứng xem bằng đôi mắt cầu xin và đẫm lệ.

**Il suo viso rivelava quanto odiasse la vista di qualsiasi dolore.**

Gương mặt cô cho thấy cô ghét cay ghét đắng cảnh đau đớn đến nhường nào.

"Sono deboli, tutto qui", ha detto un uomo. "Sono sfiniti."

"Họ yếu lắm, thế thôi", một người đàn ông nói. "Họ kiệt sức rồi".

"Hanno bisogno di riposare: hanno lavorato troppo a lungo senza una pausa."

"Họ cần được nghỉ ngơi—họ đã làm việc quá lâu mà không được nghỉ ngơi."

«Che il resto sia maledetto», borbottò Hal arricciando il labbro.

"Những kẻ còn lại bị nguyền rủa," Hal lầm bầm với đôi môi cong lên.

**Mercedes sussultò, visibilmente addolorata per le parole volgari pronunciate da lui.**

Mercedes thở hổn hển, rõ ràng là đau đớn vì lời lẽ thô lỗ của anh ta.

**Ciononostante, lei rimase leale e difese immediatamente il fratello.**

Tuy nhiên, cô vẫn trung thành và ngay lập tức bảo vệ anh trai mình.

"Non badare a quell'uomo", disse ad Hal. "Sono i nostri cani."

"Đừng để ý đến người đàn ông đó," cô nói với Hal. "Họ là chó của chúng ta."

"Li guidi come meglio credi: fai ciò che ritieni giusto."

"Bạn lái chúng theo cách bạn thấy phù hợp—làm những gì bạn cho là đúng."

**Hal sollevò la frusta e colpì di nuovo i cani senza pietà.**

Hal giơ roi lên và đánh lũ chó một lần nữa không thương tiếc.

**Si lanciarono in avanti, con i corpi bassi e i piedi che affondavano nella neve.**

Họ lao về phía trước, người cúi thấp, chân đẩy vào tuyết.

**Tutta la loro forza era concentrata nel traino, ma la slitta non si muoveva.**

Họ dùng hết sức lực để kéo nhưng chiếc xe trượt tuyết vẫn không di chuyển.

**La slitta rimase bloccata, come un'ancora congelata nella neve compatta.**

Chiếc xe trượt tuyết vẫn kẹt cứng như một chiếc mỏ neo bị đóng băng trong lớp tuyết dày.

**Dopo un secondo tentativo, i cani si fermarono di nuovo, ansimando forte.**

Sau nỗ lực thứ hai, đàn chó lại dừng lại, thở hổn hển.

**Hal sollevò di nuovo la frusta, proprio mentre Mercedes interferiva di nuovo.**

Hal lại giơ roi lên một lần nữa, đúng lúc Mercedes lại can thiệp.

**Si lasciò cadere in ginocchio davanti a Buck e gli abbracciò il collo.**

Cô quỳ xuống trước mặt Buck và ôm lấy cổ anh.

**Le lacrime le riempivano gli occhi mentre implorava il cane esausto.**

Nước mắt cô trào ra khi cô cầu xin chú chó kiệt sức.

**"Poveri cari", disse, "perché non tirate più forte?"**

"Các bạn tội nghiệp ơi", bà nói, "sao các bạn không kéo mạnh hơn nữa nhỉ?"

**"Se tiri, non verrai frustato così."**

"Nếu kéo thì sẽ không bị đánh như thế này."

**A Buck non piaceva Mercedes, ma ormai era troppo stanco per resisterle.**

Buck không thích Mercedes, nhưng lúc này anh đã quá mệt mỏi để cưỡng lại cô.

**Lui accettò le sue lacrime come se fossero solo un'altra parte di quella giornata miserabile.**
Anh chấp nhận những giọt nước mắt của cô như một phần của ngày đau khổ này.

**Uno degli uomini che osservavano, dopo aver represso la rabbia, finalmente parlò.**
Một trong những người đàn ông đang theo dõi cuối cùng cũng lên tiếng sau khi kìm nén cơn giận.

**"Non mi interessa cosa succede a voi, ma quei cani sono importanti."**
"Tôi không quan tâm chuyện gì sẽ xảy ra với các người, nhưng những chú chó đó rất quan trọng."

**"Se vuoi aiutare, stacca quella slitta: è ghiacciata e innevata."**
"Nếu muốn giúp thì hãy tháo chiếc xe trượt tuyết ra đi—nó đã bị đóng băng trên tuyết rồi."

**"Spingi con forza il palo della luce, a destra e a sinistra, e rompi il sigillo di ghiaccio."**
"Đẩy mạnh cần lái, cả bên phải và bên trái, để phá vỡ lớp băng phủ."

**Fu fatto un terzo tentativo, questa volta seguendo il suggerimento dell'uomo.**
Lần thứ thứ ba được thực hiện, lần này theo gợi ý của người đàn ông.

**Hal fece oscillare la slitta da una parte all'altra, facendo staccare i pattini.**
Hal lắc chiếc xe trượt tuyết từ bên này sang bên kia, khiến cho các thanh trượt bị lỏng ra.

**La slitta, benché sovraccarica e scomoda, alla fine sobbalzò in avanti.**
Chiếc xe trượt tuyết, mặc dù quá tải và cồng kềnh, cuối cùng cũng tiến về phía trước.

**Buck e gli altri tirarono selvaggiamente, spinti da una tempesta di frustate.**
Buck và những người khác kéo một cách điên cuồng, bị thúc đẩy bởi một cơn bão roi quất.

**Un centinaio di metri più avanti, il sentiero curvava e scendeva in pendenza verso la strada.**

Khoảng một trăm thước phía trước, con đường mòn cong và dốc vào trong phố.
**Ci sarebbe voluto un guidatore esperto per tenere la slitta in posizione verticale.**
Phải là một người lái xe có tay nghề cao mới có thể giữ cho chiếc xe trượt tuyết thẳng đứng.
**Hal non era abile e la slitta si ribaltò mentre svoltava.**
Hal không có kỹ năng nên chiếc xe trượt tuyết bị nghiêng khi rẽ vào khúc cua.
**Le cinghie allentate cedettero e metà del carico si rovesciò sulla neve.**
Những dây buộc lỏng lẻo bị bung ra và một nửa hàng hóa đổ xuống tuyết.
**I cani non si fermarono; la slitta più leggera continuò a procedere su un fianco.**
Những con chó không dừng lại; chiếc xe trượt tuyết nhẹ hơn vẫn bay nghiêng về một bên.
**I cani, furiosi per i maltrattamenti e per il peso del carico, corsero più veloci.**
Tức giận vì bị ngược đãi và gánh nặng, những chú chó chạy nhanh hơn.
**Buck, infuriato, si lanciò a correre, seguito dalla squadra.**
Buck, trong cơn giận dữ, đã chạy trốn, với cả đội chạy theo phía sau.
**Hal urlò "Whoa! Whoa!" ma la squadra non gli prestò attenzione.**
Hal hét lên "Whoa! Whoa!" nhưng cả đội không hề chú ý đến anh.
**Inciampò, cadde e fu trascinato a terra dall'imbracatura.**
Anh ta vấp ngã và bị kéo lê trên mặt đất bằng dây cương.
**La slitta rovesciata lo travolse mentre i cani continuavano a correre avanti.**
Chiếc xe trượt tuyết bị lật đè lên người anh ta trong khi đàn chó chạy về phía trước.
**Il resto delle provviste è sparso lungo la trafficata strada di Skaguay.**

Phần hàng tiếp tế còn lại nằm rải rác trên khắp phố đông đúc của Skaguay.

**Le persone di buon cuore si precipitarono a fermare i cani e a raccogliere l'attrezzatura.**

Những người tốt bụng đã chạy đến ngăn cản đàn chó và thu gom đồ đạc.

**Diedero anche consigli schietti e pratici ai nuovi viaggiatori.**

Họ cũng đưa ra lời khuyên thẳng thắn và thực tế cho những du khách mới.

**"Se vuoi raggiungere Dawson, prendi metà del carico e raddoppia i cani."**

"Nếu muốn đến Dawson, hãy mang một nửa tải trọng và tăng gấp đôi số chó."

**Hal, Charles e Mercedes ascoltarono, anche se non con entusiasmo.**

Hal, Charles và Mercedes lắng nghe, mặc dù không mấy nhiệt tình.

**Montarono la tenda e cominciarono a sistemare le loro provviste.**

Họ dựng lều và bắt đầu phân loại đồ dùng của mình.

**Ne uscirono dei cibi in scatola, che fecero ridere a crepapelle gli astanti.**

Đồ hộp được mang ra khiến những người chứng kiến bật cười.

**"Roba in scatola sul sentiero? Morirai di fame prima che si sciolga", disse uno.**

"Đồ hộp trên đường đi à? Bạn sẽ chết đói trước khi nó tan chảy", một người nói.

**"Coperte d'albergo? Meglio buttarle via tutte."**

"Chăn khách sạn ư? Tốt hơn là bạn nên vứt hết chúng đi."

**"Togli anche la tenda e qui nessuno laverà più i piatti."**

"Cũng bỏ lều đi, ở đây không có ai rửa bát đâu."

**"Pensi di viaggiare su un treno Pullman con dei servitori a bordo?"**

"Anh nghĩ anh đang đi tàu Pullman với người hầu trên tàu à?"

**Il processo ebbe inizio: ogni oggetto inutile venne gettato da parte.**
Quá trình bắt đầu—mọi vật dụng vô dụng đều bị ném sang một bên.
**Mercedes pianse quando le sue borse furono svuotate sul terreno innevato.**
Mercedes khóc khi những chiếc túi của cô bị đổ xuống nền đất đầy tuyết.
**Singhiozzava per ogni oggetto buttato via, uno per uno, senza sosta.**
Cô nức nở không ngừng nghỉ khi nhìn thấy từng món đồ bị ném ra ngoài.
**Giurò di non fare un altro passo, nemmeno per dieci Charles.**
Cô thề sẽ không bước thêm một bước nào nữa, thậm chí là mười Charles.
**Pregò ogni persona vicina di lasciarle conservare le sue cose preziose.**
Cô ấy cầu xin mọi người xung quanh hãy để cô ấy giữ lại những đồ vật quý giá của mình.
**Alla fine si asciugò gli occhi e cominciò a gettare via anche i vestiti più importanti.**
Cuối cùng, cô lau mắt và bắt đầu vứt bỏ cả những bộ quần áo quan trọng.
**Una volta terminato il suo, cominciò a svuotare le scorte degli uomini.**
Khi đã xong việc của mình, cô bắt đầu đổ đồ dùng của nam giới.
**Come un turbine, fece a pezzi gli effetti personali di Charles e Hal.**
Như một cơn lốc, cô xé toạc đồ đạc của Charles và Hal.
**Sebbene il carico fosse dimezzato, era comunque molto più pesante del necessario.**
Mặc dù tải trọng đã giảm đi một nửa nhưng vẫn nặng hơn mức cần thiết.
**Quella notte, Charles e Hal uscirono e comprarono sei nuovi cani.**

Đêm đó, Charles và Hal ra ngoài và mua sáu con chó mới.
**Questi nuovi cani si unirono ai sei originali, più Teek e Koona.**
Những chú chó mới này đã gia nhập cùng sáu chú chó ban đầu, cộng thêm Teek và Koona.
**Insieme formarono una squadra di quattordici cani attaccati alla slitta.**
Họ cùng nhau tạo thành một đội gồm mười bốn con chó được buộc vào xe trượt tuyết.
**Ma i nuovi cani erano inadatti e poco addestrati per il lavoro con la slitta.**
Nhưng những chú chó mới này không đủ sức khỏe và chưa được huấn luyện tốt để kéo xe trượt tuyết.
**Tre dei cani erano cani da caccia a pelo corto, mentre uno era un Terranova.**
Ba trong số những con chó này là chó săn lông ngắn và một con là chó Newfoundland.
**Gli ultimi due cani erano meticci senza alcuna razza o scopo ben definito.**
Hai con chó cuối cùng là chó lai không có giống rõ ràng hoặc mục đích gì cả.
**Non capivano il percorso e non lo imparavano in fretta.**
Họ không hiểu đường mòn và cũng không học được nhanh chóng.
**Buck e i suoi compagni li osservavano con disprezzo e profonda irritazione.**
Buck và đồng bọn của nó nhìn họ với vẻ khinh thường và bực tức sâu sắc.
**Sebbene Buck insegnasse loro cosa non fare, non poteva insegnare loro il dovere.**
Mặc dù Buck dạy họ những điều không nên làm, nhưng ông không thể dạy họ về bổn phận.
**Non amavano la vita sui sentieri né la trazione delle redini e delle slitte.**
Họ không thích nghi tốt với cuộc sống trên đường mòn hoặc với sức kéo của dây cương và xe trượt tuyết.

**Soltanto i bastardi cercarono di adattarsi, e anche a loro mancava lo spirito combattivo.**
Chỉ có những con lai mới cố gắng thích nghi, và ngay cả chúng cũng thiếu tinh thần chiến đấu.

**Gli altri cani erano confusi, indeboliti e distrutti dalla loro nuova vita.**
Những con chó khác đều bối rối, yếu đuối và suy sụp trước cuộc sống mới.

**Con i nuovi cani all'oscuro e i vecchi esausti, la speranza era flebile.**
Với những chú chó mới không biết gì và những chú chó cũ thì kiệt sức, hy vọng trở nên mong manh.

**La squadra di Buck aveva percorso duemilacinquecento miglia di sentiero accidentato.**
Đội của Buck đã vượt qua hai ngàn năm trăm dặm đường mòn hiểm trở.

**Ciononostante, i due uomini erano allegri e orgogliosi della loro grande squadra di cani.**
Tuy nhiên, hai người đàn ông vẫn vui vẻ và tự hào về đội chó lớn của mình.

**Pensavano di viaggiare con stile, con quattordici cani al seguito.**
Họ nghĩ rằng họ đang đi du lịch theo phong cách riêng với mười bốn con chó được buộc vào.

**Avevano visto delle slitte partire per Dawson e altre arrivarne.**
Họ đã thấy những chiếc xe trượt tuyết rời đi Dawson, và những chiếc khác cũng đến từ đó.

**Ma non ne avevano mai vista una trainata da ben quattordici cani.**
Nhưng họ chưa bao giờ thấy một con ngựa nào được kéo bởi tới mười bốn con chó.

**C'era un motivo per cui squadre del genere erano rare nelle terre selvagge dell'Artico.**
Có lý do khiến những đội như vậy rất hiếm ở vùng hoang dã Bắc Cực.

**Nessuna slitta poteva trasportare cibo sufficiente a sfamare quattordici cani per l'intero viaggio.**
Không có xe trượt tuyết nào có thể chở đủ thức ăn cho mười bốn con chó trong suốt chuyến đi.
**Ma Charles e Hal non lo sapevano: avevano fatto i calcoli.**
Nhưng Charles và Hal không biết điều đó—họ đã tính toán.
**Hanno pianificato la razione di cibo: una certa quantità per cane, per un certo numero di giorni, fatta.**
Họ vạch ra kế hoạch thức ăn: mỗi con chó được cho bao nhiêu, trong bao nhiêu ngày, xong.
**Mercedes guardò i numeri e annuì come se avessero senso.**
Mercedes nhìn vào số liệu của họ và gật đầu như thể điều đó có lý.
**Tutto le sembrava molto semplice, almeno sulla carta.**
Với cô, mọi chuyện có vẻ rất đơn giản, ít nhất là trên lý thuyết.

**La mattina seguente, Buck guidò lentamente la squadra lungo la strada innevata.**
Sáng hôm sau, Buck dẫn cả đội đi chậm rãi trên con phố phủ đầy tuyết.
**Non c'era né energia né spirito in lui e nei cani dietro di lui.**
Không có chút năng lượng hay tinh thần nào ở anh ta hay những con chó phía sau anh ta.
**Erano stanchi morti fin dall'inizio: non avevano più riserve.**
Họ đã mệt mỏi ngay từ đầu—không còn sức lực dự trữ nữa.
**Buck aveva già fatto quattro viaggi tra Salt Water e Dawson.**
Buck đã thực hiện bốn chuyến đi giữa Salt Water và Dawson.
**Ora, di fronte alla stessa pista, non provava altro che amarezza.**
Bây giờ, khi phải đối mặt với con đường tương tự một lần nữa, anh chỉ cảm thấy cay đắng.
**Il suo cuore non c'era, e nemmeno quello degli altri cani.**
Trái tim của ông không ở trong đó, và trái tim của những con chó khác cũng vậy.
**I nuovi cani erano timidi e gli husky non si fidavano per niente.**

Những chú chó mới thì nhút nhát, còn những chú chó husky thì không hề tin tưởng.
**Buck capì che non poteva fare affidamento su quei due uomini o sulla loro sorella.**
Buck cảm thấy mình không thể tin tưởng vào hai người đàn ông này hoặc chị gái của họ.
**Non sapevano nulla e non mostravano alcun segno di apprendimento lungo il percorso.**
Họ không biết gì cả và cũng không có dấu hiệu học hỏi gì trên đường đi.
**Erano disorganizzati e privi di qualsiasi senso di disciplina.**
Họ thiếu tổ chức và thiếu tinh thần kỷ luật.
**Ogni volta impiegavano metà della notte per allestire un accampamento malmesso.**
Mỗi lần họ phải mất nửa đêm mới dựng được một trại tạm bợ.
**E metà della mattina successiva la trascorsero di nuovo armeggiando con la slitta.**
Và nửa buổi sáng hôm sau họ lại loay hoay với chiếc xe trượt tuyết.
**Spesso a mezzogiorno si fermavano solo per sistemare il carico irregolare.**
Đến trưa, họ thường dừng lại chỉ để sửa lại tình trạng hàng hóa không đều.
**In alcuni giorni percorsero meno di dieci miglia in totale.**
Có những ngày, tổng quãng đường họ đi chỉ chưa tới mười dặm.
**Altri giorni non riuscivano proprio ad abbandonare l'accampamento.**
Những ngày khác, họ không thể rời khỏi trại được.
**Non sono mai riusciti a coprire la distanza alimentare prevista.**
Họ không bao giờ đạt được gần đến khoảng cách dự định để mua thực phẩm.
**Come previsto, il cibo per i cani finì molto presto.**
Đúng như dự đoán, họ nhanh chóng hết thức ăn cho chó.
**Nei primi tempi hanno peggiorato ulteriormente la situazione con l'eccesso di cibo.**

Họ làm cho vấn đề trở nên tồi tệ hơn bằng cách cho ăn quá nhiều trong những ngày đầu.

**Ciò rendeva la carestia sempre più vicina, con ogni razione disattenta.**

Điều này khiến nạn đói ngày càng đến gần hơn với mỗi khẩu phần ăn thiếu cẩn thận.

**I nuovi cani non avevano ancora imparato a sopravvivere con molto poco.**

Những chú chó mới chưa học được cách sống sót với rất ít thức ăn.

**Mangiarono avidamente, con un appetito troppo grande per il sentiero.**

Họ ăn một cách đói bụng, với một cái bụng quá lớn so với đường đi.

**Vedendo i cani indebolirsi, Hal pensò che il cibo non fosse sufficiente.**

Khi thấy đàn chó yếu đi, Hal tin rằng thức ăn không đủ.

**Raddoppiò le razioni, peggiorando ulteriormente l'errore.**

Ông đã tăng gấp đôi khẩu phần ăn, khiến cho sai lầm càng trở nên tồi tệ hơn.

**Mercedes aggravò il problema con le sue lacrime e le sue suppliche sommesse.**

Mercedes làm vấn đề trở nên trầm trọng hơn bằng những giọt nước mắt và lời cầu xin yếu ớt.

**Quando non riuscì a convincere Hal, diede da mangiare ai cani di nascosto.**

Khi không thể thuyết phục Hal, cô đã bí mật cho chó ăn.

**Rubò il pesce dai sacchi e glielo diede alle spalle.**

Cô ấy lấy trộm cá trong túi đựng cá và đưa cho họ sau lưng anh ta.

**Ma ciò di cui i cani avevano veramente bisogno non era altro cibo: era riposo.**

Nhưng thứ mà những chú chó thực sự cần không phải là thức ăn mà là sự nghỉ ngơi.

**Nonostante la loro scarsa velocità, la pesante slitta continuava a procedere.**

Họ đi chậm hơn, nhưng chiếc xe trượt tuyết nặng vẫn kéo lê được.

**Quel peso da solo esauriva ogni giorno le loro forze rimanenti.**

Chỉ riêng sức nặng đó đã làm cạn kiệt sức lực còn lại của họ mỗi ngày.

**Poi arrivò la fase della sottoalimentazione, quando le scorte scarseggiavano.**

Sau đó đến giai đoạn thiếu thức ăn vì nguồn cung cấp cạn kiệt.

**Una mattina Hal si accorse che metà del cibo per cani era già finito.**

Một buổi sáng, Hal nhận ra rằng một nửa số thức ăn cho chó đã hết.

**Avevano percorso solo un quarto della distanza totale del sentiero.**

Họ chỉ đi được một phần tư tổng quãng đường.

**Non si poteva più comprare cibo, a qualunque prezzo.**

Không thể mua thêm thức ăn nữa, bất kể trả giá thế nào.

**Ridusse le porzioni dei cani al di sotto della razione giornaliera standard.**

Ông đã giảm khẩu phần ăn của chó xuống dưới mức tiêu chuẩn hàng ngày.

**Allo stesso tempo, chiese di viaggiare più a lungo per compensare la perdita.**

Đồng thời, ông yêu cầu phải đi xa hơn để bù đắp cho sự mất mát.

**Mercedes e Charles appoggiarono questo piano, ma fallirono nella sua realizzazione.**

Mercedes và Charles ủng hộ kế hoạch này nhưng không thực hiện được.

**La loro pesante slitta e la mancanza di abilità rendevano il progresso quasi impossibile.**

Chiếc xe trượt tuyết nặng và thiếu kỹ năng khiến họ gần như không thể di chuyển được.

**Era facile dare meno cibo, ma impossibile forzare uno sforzo maggiore.**

Thật dễ dàng để cho ít thức ăn hơn, nhưng không thể ép buộc nhiều nỗ lực hơn.

**Non potevano partire prima, né viaggiare per ore extra.**

Họ không thể bắt đầu sớm và cũng không thể di chuyển thêm nhiều giờ.

**Non sapevano come gestire i cani, e nemmeno loro stessi, a dire il vero.**

Họ không biết cách huấn luyện những chú chó, cũng như chính bản thân họ.

**Il primo cane a morire fu Dub, lo sfortunato ma laborioso ladro.**

Con chó đầu tiên chết là Dub, một tên trộm xui xẻo nhưng chăm chỉ.

**Sebbene spesso punito, Dub aveva fatto la sua parte senza lamentarsi.**

Mặc dù thường xuyên bị phạt, Dub vẫn hoàn thành nhiệm vụ của mình mà không phàn nàn.

**La sua spalla ferita peggiorò se non ricevette cure adeguate e non ebbe bisogno di riposo.**

Vai bị thương của anh ngày càng nặng hơn nếu không được chăm sóc hoặc nghỉ ngơi.

**Alla fine, Hal usò la pistola per porre fine alle sofferenze di Dub.**

Cuối cùng, Hal dùng súng lục để kết thúc sự đau khổ của Dub.

**Un detto comune afferma che i cani normali muoiono se vengono nutriti con razioni di husky.**

Có một câu nói phổ biến rằng những con chó bình thường sẽ chết nếu ăn khẩu phần của chó husky.

**I sei nuovi compagni di Buck avevano ricevuto solo metà della quota di cibo riservata all'husky.**

Sáu người bạn đồng hành mới của Buck chỉ có một nửa lượng thức ăn của loài husky.

**Il Terranova morì per primo, seguito dai tre cani da caccia a pelo corto.**

Con chó Newfoundland chết đầu tiên, sau đó là ba con chó săn lông ngắn.

**I due bastardi resistettero più a lungo ma alla fine morirono come gli altri.**
Hai con chó lai này cố gắng chống cự lâu hơn nhưng cuối cùng cũng chết như những con khác.
**Ormai tutti i comfort e la gentilezza del Southland erano scomparsi.**
Vào thời điểm này, mọi tiện nghi và sự dịu dàng của miền Nam đã không còn nữa.
**Le tre persone avevano perso le ultime tracce della loro educazione civile.**
Ba người này đã xóa bỏ những dấu vết cuối cùng của nền giáo dục văn minh.
**Spogliato di glamour e romanticismo, il viaggio nell'Artico è diventato brutalmente reale.**
Không còn sự quyến rũ và lãng mạn, du lịch Bắc Cực trở nên thực tế đến tàn khốc.
**Era una realtà troppo dura per il loro senso di virilità e femminilità.**
Đó là một thực tế quá khắc nghiệt đối với nhận thức của họ về nam tính và nữ tính.
**Mercedes non piangeva più per i cani, ma piangeva solo per se stessa.**
Mercedes không còn khóc cho những chú chó nữa mà giờ đây chỉ khóc cho chính mình.
**Trascorreva il tempo piangendo e litigando con Hal e Charles.**
Bà dành thời gian để khóc lóc và cãi vã với Hal và Charles.
**Litigare era l'unica cosa per cui non si stancavano mai.**
Cãi nhau là điều duy nhất mà họ không bao giờ cảm thấy quá mệt mỏi.
**La loro irritabilità derivava dalla miseria, cresceva con essa e la superava.**
Sự cáu kỉnh của họ xuất phát từ nỗi đau khổ, lớn lên cùng nỗi đau khổ và vượt qua nó.
**La pazienza del cammino, nota a coloro che faticano e soffrono con generosità, non è mai arrivata.**

Sự kiên nhẫn của chặng đường, vốn chỉ dành cho những ai lao động và chịu đựng một cách tử tế, không bao giờ đến.

**Quella pazienza che rende dolce la parola nonostante il dolore, era a loro sconosciuta.**

Sự kiên nhẫn đó, giúp lời nói ngọt ngào hơn qua nỗi đau, là điều họ không hề biết đến.

**Non avevano alcun briciolo di pazienza, nessuna forza derivante dalla sofferenza con grazia.**

Họ không hề có chút kiên nhẫn nào, không hề có sức mạnh nào được rút ra từ sự đau khổ một cách thanh thản.

**Erano irrigiditi dal dolore: dolori nei muscoli, nelle ossa e nel cuore.**

Họ cứng đờ vì đau đớn—đau nhức ở cơ, xương và tim.

**Per questo motivo, divennero taglienti nella lingua e pronti a pronunciare parole dure.**

Vì thế, họ trở nên cay nghiệt và nhanh miệng nói những lời cay nghiệt.

**Ogni giorno iniziava e finiva con voci arrabbiate e lamentele amare.**

Mỗi ngày bắt đầu và kết thúc bằng những giọng nói giận dữ và lời phàn nàn cay đắng.

**Charles e Hal litigavano ogni volta che Mercedes ne dava loro l'occasione.**

Charles và Hal cãi nhau mỗi khi Mercedes cho họ cơ hội.

**Ogni uomo credeva di aver fatto più del dovuto.**

Mỗi người đều tin rằng mình đã làm nhiều hơn phần việc được giao.

**Nessuno dei due ha mai perso l'occasione di dirlo, ancora e ancora.**

Không ai trong số họ từng bỏ lỡ cơ hội để nói điều đó, hết lần này đến lần khác.

**A volte Mercedes si schierava con Charles, a volte con Hal.**

Đôi khi Mercedes đứng về phía Charles, đôi khi lại đứng về phía Hal.

**Ciò portò a una grande e infinita lite tra i tre.**

Điều này dẫn đến một cuộc cãi vã lớn và không hồi kết giữa ba người.

**La disputa su chi dovesse tagliare la legna da ardere divenne incontrollabile.**
Một cuộc tranh cãi về việc ai nên chặt củi đã trở nên mất kiểm soát.

**Ben presto vennero nominati padri, madri, cugini e parenti defunti.**
Chẳng bao lâu sau, tên của cha, mẹ, anh chị em họ và người thân đã khuất cũng được nêu tên.

**Le opinioni di Hal sull'arte o sulle opere teatrali di suo zio divennero parte della lotta.**
Quan điểm của Hal về nghệ thuật hoặc các vở kịch của chú anh đã trở thành một phần của cuộc chiến.

**Anche le convinzioni politiche di Carlo entrarono nel dibattito.**
Quan điểm chính trị của Charles cũng được đưa vào cuộc tranh luận.

**Per Mercedes, perfino i pettegolezzi della sorella del marito sembravano rilevanti.**
Với Mercedes, ngay cả lời đồn đại của chị chồng cô cũng có vẻ liên quan.

**Espresse la sua opinione su questo e su molti dei difetti della famiglia di Charles.**
Bà đã nêu ý kiến về vấn đề đó và về nhiều khuyết điểm của gia đình Charles.

**Mentre discutevano, il fuoco rimase spento e l'accampamento mezzo allestito.**
Trong lúc họ cãi nhau, lửa vẫn không được nhóm và trại vẫn chưa dựng xong.

**Nel frattempo i cani erano rimasti infreddoliti e senza cibo.**
Trong khi đó, những chú chó vẫn lạnh và không có thức ăn.

**Mercedes nutriva un risentimento che considerava profondamente personale.**
Mercedes có một nỗi bất bình mà bà coi là vô cùng riêng tư.

**Si sentiva maltrattata in quanto donna e le venivano negati i suoi gentili privilegi.**
Bà cảm thấy mình bị đối xử tệ bạc với tư cách là một người phụ nữ, bị tước mất những quyền lợi tốt đẹp của mình.

**Era carina e gentile, e per tutta la vita era stata abituata alla cavalleria.**
Cô ấy xinh đẹp, dịu dàng và đã quen với phong cách hiệp sĩ suốt cuộc đời mình.
**Ma suo marito e suo fratello ora la trattavano con impazienza.**
Nhưng chồng và anh trai bà bây giờ lại đối xử với bà một cách thiếu kiên nhẫn.
**Aveva l'abitudine di comportarsi in modo impotente e loro cominciarono a lamentarsi.**
Thói quen của cô là tỏ ra bất lực, và họ bắt đầu phàn nàn.
**Offesa da ciò, rese loro la vita ancora più difficile.**
Cảm thấy bị xúc phạm vì điều này, cô đã làm cho cuộc sống của họ trở nên khó khăn hơn.
**Ignorò i cani e insistette per guidare lei stessa la slitta.**
Cô ấy không quan tâm đến những con chó và khăng khăng đòi tự mình cưỡi xe trượt tuyết.
**Sebbene sembrasse esile, pesava centoventi libbre (circa quaranta chili).**
Mặc dù trông có vẻ nhẹ nhàng, nhưng cô ấy nặng tới một trăm hai mươi pound.
**Quel peso aggiuntivo era troppo per i cani affamati e deboli.**
Gánh nặng đó quá sức chịu đựng của những chú chó yếu ớt, đói khát.
**Nonostante ciò, continuò a cavalcare per giorni, finché i cani non crollarono nelle redini.**
Tuy nhiên, bà vẫn cưỡi ngựa trong nhiều ngày, cho đến khi những con chó gục ngã trong dây cương.
**La slitta si fermò e Charles e Hal la implorarono di proseguire a piedi.**
Chiếc xe trượt tuyết dừng lại, Charles và Hal nài nỉ cô đi bộ.
**Loro la implorarono e la scongiurarono, ma lei pianse e li definì crudeli.**
Họ cầu xin và van xin, nhưng bà khóc lóc và gọi họ là tàn nhẫn.
**In un'occasione, la tirarono giù dalla slitta con pura forza e rabbia.**

Có lần, họ kéo cô ra khỏi xe trượt tuyết bằng sức mạnh và sự tức giận.
**Dopo quello che accadde quella volta non ci riprovarono più.**
Họ không bao giờ thử lại sau những gì đã xảy ra lần đó.
**Si accasciò come una bambina viziata e si sedette nella neve.**
Cô ấy mềm nhũn như một đứa trẻ hư và ngồi trên tuyết.
**Continuarono a muoversi, ma lei si rifiutò di alzarsi o di seguirli.**
Họ bước tiếp, nhưng cô ấy từ chối đứng dậy hoặc đi theo sau.
**Dopo tre miglia si fermarono, tornarono indietro e la riportarono indietro.**
Sau ba dặm, họ dừng lại, quay lại và cõng cô bé về.
**La ricaricarono sulla slitta, usando ancora una volta la forza bruta.**
Họ lại dùng sức mạnh thô bạo để chất cô lên xe trượt tuyết.
**Nella loro profonda miseria, erano insensibili alla sofferenza dei cani.**
Trong nỗi đau khổ tột cùng, họ vô cảm trước nỗi đau khổ của những chú chó.
**Hal credeva che fosse necessario indurirsi e impose questa convinzione agli altri.**
Hal tin rằng người ta phải trở nên cứng rắn hơn và áp đặt niềm tin đó lên người khác.
**Inizialmente ha cercato di predicare la sua filosofia a sua sorella**
Đầu tiên ông cố gắng truyền bá triết lý của mình cho chị gái mình
**e poi, senza successo, predicò al cognato.**
và sau đó, không thành công, ông đã thuyết giảng cho anh rể của mình.
**Ebbe più successo con i cani, ma solo perché li ferì.**
Ông thành công hơn với những con chó, nhưng chỉ vì ông làm chúng bị thương.
**Da Five Fingers, il cibo per cani è rimasto completamente vuoto.**
Ở Five Fingers, thức ăn cho chó đã hết sạch.

**Una vecchia squaw sdentata vendette qualche chilo di pelle di cavallo congelata**
Một bà già không răng đã bán một vài pound da ngựa đông lạnh
**Hal scambiò la sua pistola con la pelle di cavallo secca.**
Hal đổi khẩu súng lục của mình để lấy tấm da ngựa khô.
**La carne proveniva dai cavalli affamati di allevatori di bovini, morti mesi prima.**
Thịt này được lấy từ những con ngựa đói của người chăn nuôi từ nhiều tháng trước.
**Congelata, la pelle era come ferro zincato: dura e immangiabile.**
Khi bị đông lạnh, lớp da trông giống như sắt mạ kẽm; dai và không thể ăn được.
**Per riuscire a mangiarla, i cani dovevano masticare la pelle senza sosta.**
Những con chó phải nhai liên tục tấm da để ăn nó.
**Ma le corde coriacee e i peli corti non erano certo un nutrimento.**
Nhưng những sợi dây da và lông ngắn này khó có thể là nguồn dinh dưỡng.
**La maggior parte della pelle era irritante e non era cibo in senso stretto.**
Hầu hết lớp da đều gây khó chịu và không thực sự là thức ăn.
**E nonostante tutto, Buck barcollava davanti a tutti, come in un incubo.**
Và trong suốt chuyến đi, Buck loạng choạng đi về phía trước, như thể đang trong cơn ác mộng.
**Quando poteva, tirava; quando non poteva, restava lì finché non veniva sollevato dalla frusta o dal bastone.**
Anh ta kéo khi có thể; khi không thể, anh ta nằm cho đến khi bị roi hoặc dùi cui đánh thức.
**Il suo pelo fine e lucido aveva perso tutta la rigidità e la lucentezza di un tempo.**
Bộ lông bóng mượt, mịn màng của nó đã mất đi độ cứng và bóng như trước.

**I suoi capelli erano flosci, spettinati e pieni di sangue rappreso a causa dei colpi.**
Tóc anh ta rũ xuống, bết lại và dính đầy máu khô từ những cú đánh.

**I suoi muscoli si ridussero a midolli e i cuscinetti di carne erano tutti consumati.**
Cơ bắp của ông co lại thành từng sợi, và các miếng thịt đều bị mòn đi.

**Ogni costola, ogni osso erano chiaramente visibili attraverso le pieghe della pelle rugosa.**
Từng chiếc xương sườn, từng chiếc xương hiện rõ qua những nếp da nhăn nheo.

**Fu straziante, ma il cuore di Buck non riuscì a spezzarsi.**
Thật đau lòng, nhưng trái tim Buck không thể tan vỡ.

**L'uomo con il maglione rosso lo aveva testato e dimostrato molto tempo prima.**
Người đàn ông mặc áo len đỏ đã thử nghiệm và chứng minh điều đó từ lâu rồi.

**Così come accadde a Buck, accadde anche a tutti i suoi compagni di squadra rimasti.**
Giống như Buck, tất cả đồng đội còn lại của anh cũng vậy.

**Ce n'erano sette in totale, ognuno uno scheletro ambulante di miseria.**
Tổng cộng có bảy người, mỗi người là một bộ xương biết đi đầy đau khổ.

**Erano diventati insensibili alle fruste e sentivano solo un dolore distante.**
Họ đã trở nên tê liệt, chỉ cảm thấy nỗi đau ở xa.

**Anche la vista e i suoni li raggiungevano debolmente, come attraverso una fitta nebbia.**
Ngay cả hình ảnh và âm thanh cũng chỉ đến được với họ một cách mờ nhạt, như qua một màn sương mù dày đặc.

**Non erano mezzi vivi: erano ossa con deboli scintille al loro interno.**
Họ không còn sống nữa—họ chỉ còn là những bộ xương với những tia lửa mờ nhạt bên trong.

**Una volta fermati, crollarono come cadaveri, con le scintille quasi del tutto spente.**
Khi dừng lại, chúng ngã gục như xác chết, tia lửa gần như biến mất.
**E quando la frusta o il bastone colpivano di nuovo, le scintille sfarfallavano debolmente.**
Và khi roi hay dùi cui đánh lại, những tia lửa yếu ớt rung lên.
**Poi si alzarono, barcollarono in avanti e trascinarono le loro membra in avanti.**
Sau đó, họ đứng dậy, loạng choạng tiến về phía trước và lê chân tay về phía trước.
**Un giorno il gentile Billee cadde e non riuscì più a rialzarsi.**
Một ngày nọ, Billee tốt bụng bị ngã và không thể tự đứng dậy được nữa.
**Hal aveva scambiato la sua pistola con quella di Billee, così decise di ucciderla con un'ascia.**
Hal đã đổi khẩu súng lục của mình, vì vậy anh ta dùng rìu để giết Billee.
**Lo colpì alla testa, poi gli tagliò il corpo e lo trascinò via.**
Anh ta đánh vào đầu anh ta, sau đó cắt cơ thể anh ta ra và kéo đi.
**Buck se ne accorse, e così fecero anche gli altri: sapevano che la morte era vicina.**
Buck nhìn thấy điều này, và những người khác cũng vậy; họ biết cái chết đã gần kề.
**Il giorno dopo Koona se ne andò, lasciando solo cinque cani nel gruppo affamato.**
Ngày hôm sau Koona ra đi, chỉ còn lại năm chú chó trong đội đang đói khát.
**Joe, non più cattivo, era ormai troppo fuori di sé per rendersi conto di nulla.**
Joe, không còn xấu tính nữa, đã đi quá xa và không còn nhận thức được nhiều điều nữa.
**Pike, ormai non fingeva più di essere ferito, era appena cosciente.**
Pike không còn giả vờ bị thương nữa và gần như đã tỉnh lại.

**Solleks, ancora fedele, si rammaricava di non avere più la forza di dare.**
Solleks, vẫn trung thành, than khóc vì không còn sức lực để cống hiến.
**Teek fu battuto più di tutti perché era più fresco, ma stava calando rapidamente.**
Teek bị đánh bại chủ yếu vì anh ta tươi tắn hơn nhưng lại yếu đi rất nhanh.
**E Buck, ancora in testa, non mantenne più l'ordine né lo fece rispettare.**
Và Buck, vẫn dẫn đầu, không còn giữ trật tự hoặc thực thi trật tự nữa.
**Mezzo accecato dalla debolezza, Buck seguì la pista solo a tentoni.**
Nửa mù nửa tỉnh vì yếu, Buck lần theo dấu vết chỉ bằng cảm giác.
**Era una bellissima primavera, ma nessuno di loro se ne accorse.**
Thời tiết mùa xuân rất đẹp, nhưng không ai để ý đến điều đó.
**Ogni giorno il sole sorgeva prima e tramontava più tardi.**
Mỗi ngày, mặt trời mọc sớm hơn và lặn muộn hơn.
**Alle tre del mattino era già spuntata l'alba; il crepuscolo durò fino alle nove.**
Đến ba giờ sáng, bình minh đã tới; hoàng hôn kéo dài đến chín giờ.
**Le lunghe giornate erano illuminate dal sole primaverile.**
Những ngày dài tràn ngập ánh nắng rực rỡ của mùa xuân.
**Il silenzio spettrale dell'inverno si era trasformato in un caldo mormorio.**
Sự im lặng ma quái của mùa đông đã chuyển thành tiếng thì thầm ấm áp.
**Tutta la terra si stava svegliando, animata dalla gioia degli esseri viventi.**
Cả vùng đất như thức giấc, tràn đầy niềm vui của sự sống.
**Il suono proveniva da ciò che era rimasto morto e immobile per tutto l'inverno.**

Âm thanh đó phát ra từ thứ gì đó đã chết và bất động suốt mùa đông.

**Ora quelle cose si mossero di nuovo, scrollandosi di dosso il lungo sonno del gelo.**

Bây giờ, những thứ đó lại chuyển động, rũ bỏ giấc ngủ dài trong sương giá.

**La linfa saliva attraverso i tronchi scuri dei pini in attesa.**

Nhựa cây đang trào ra qua những thân cây thông sẫm màu đang chờ đợi.

**Salici e pioppi tremuli fanno sbocciare giovani gemme luminose su ogni ramoscello.**

Cây liễu và cây dương nảy ra những nụ non tươi sáng trên mỗi cành.

**Arbusti e viti si tingono di un verde fresco mentre il bosco si anima.**

Cây bụi và dây leo khoác lên mình màu xanh tươi khi khu rừng trở nên sống động.

**Di notte i grilli cantavano e di giorno gli insetti strisciavano nella luce del sole.**

Tiếng dế kêu vào ban đêm và côn trùng bò dưới ánh nắng ban ngày.

**Le pernici gridavano e i picchi picchiavano in profondità tra gli alberi.**

Chim gáy vang, và chim gõ kiến gõ sâu vào trong các thân cây.

**Gli scoiattoli chiacchieravano, gli uccelli cantavano e le oche starnazzavano per richiamare l'attenzione dei cani.**

Sóc kêu ríu rít, chim hót líu lo và ngỗng kêu át tiếng chó.

**Gli uccelli selvatici arrivavano a cunei affilati, volando in alto da sud.**

Các loài chim hoang dã bay đến theo từng đàn sắc nhọn từ phía nam.

**Da ogni pendio giungeva la musica di ruscelli nascosti e impetuosi.**

Từ mỗi sườn đồi vọng đến âm thanh của những dòng suối chảy xiết ẩn hiện.

**Tutto si scongelava e si spezzava, si piegava e ricominciava a muoversi.**
Mọi thứ tan ra và vỡ ra, cong lại và chuyển động trở lại.
**Lo Yukon si sforzò di spezzare le fredde catene del ghiaccio ghiacciato.**
Dòng sông Yukon cố gắng phá vỡ những chuỗi băng giá lạnh giá.
**Il ghiaccio si scioglieva sotto, mentre il sole lo scioglieva dall'alto.**
Băng tan bên dưới, trong khi mặt trời làm tan băng từ phía trên.
**Si aprirono dei buchi, si allargarono delle crepe e dei pezzi caddero nel fiume.**
Các lỗ thông hơi mở ra, các vết nứt lan rộng và những khối đá rơi xuống sông.
**In mezzo a tutta questa vita sfrenata e sfrenata, i viaggiatori barcollavano.**
Giữa cuộc sống sôi động và náo nhiệt này, những lữ khách đều lảo đảo.
**Due uomini, una donna e un branco di husky camminavano come morti.**
Hai người đàn ông, một người phụ nữ và một đàn chó husky đi như chết.
**I cani cadevano, Mercedes piangeva, ma continuava a guidare la slitta.**
Những con chó ngã xuống, Mercedes khóc, nhưng vẫn tiếp tục cưỡi xe trượt tuyết.
**Hal imprecò debolmente e Charles sbatté le palpebre con gli occhi lacrimanti.**
Hal yếu ớt chửi thề, còn Charles chớp mắt với đôi mắt đẫm lệ.
**Si imbatterono nell'accampamento di John Thornton, nei pressi della foce del White River.**
Họ tình cờ đi vào trại của John Thornton ở cửa sông White.
**Quando si fermarono, i cani caddero a terra, come se fossero stati tutti colpiti a morte.**
Khi họ dừng lại, những con chó nằm rạp xuống, như thể tất cả đều chết hết.

**Mercedes si asciugò le lacrime e guardò John Thornton.**
Mercedes lau nước mắt và nhìn sang John Thornton.
**Charles si sedette su un tronco, lentamente e rigidamente, dolorante per il sentiero.**
Charles ngồi trên một khúc gỗ, chậm rãi và cứng đờ, đau nhức vì đường dài.
**Hal parlava mentre Thornton intagliava l'estremità del manico di un'ascia.**
Hal vừa nói vừa dùng tay khoét một đầu cán rìu.
**Tagliò il legno di betulla e rispose con frasi brevi e decise.**
Ông đẽo gỗ bạch dương và trả lời bằng những câu trả lời ngắn gọn nhưng chắc chắn.
**Quando gli veniva chiesto, dava un consiglio, certo che non sarebbe stato seguito.**
Khi được hỏi, ông đã đưa ra lời khuyên, nhưng chắc chắn rằng lời khuyên đó sẽ không được thực hiện.
**Hal spiegò: "Ci avevano detto che il ghiaccio lungo la pista si stava staccando".**
Hal giải thích, "Họ nói với chúng tôi rằng băng tuyết đang tan dần."
**"Ci avevano detto che dovevamo restare fermi, ma siamo arrivati a White River."**
"Họ bảo chúng tôi nên ở lại—nhưng chúng tôi đã đến White River."
**Concluse con un tono beffardo, come per cantare vittoria nelle difficoltà.**
Ông ta kết thúc bằng giọng điệu khinh thường, như thể đang tuyên bố chiến thắng trong khó khăn.
**"E ti hanno detto la verità", rispose John Thornton a bassa voce ad Hal.**
"Và họ đã nói đúng," John Thornton trả lời Hal một cách nhẹ nhàng.
**"Il ghiaccio potrebbe cedere da un momento all'altro: è pronto a staccarsi."**
"Băng có thể vỡ bất cứ lúc nào—nó sẵn sàng rơi ra."
**"Solo la fortuna cieca e gli sciocchi avrebbero potuto arrivare vivi fin qui."**

"Chỉ có sự may mắn mù quáng và những kẻ ngốc mới có thể sống sót đến tận đây."

**"Te lo dico senza mezzi termini: non rischierei la vita per tutto l'oro dell'Alaska."**

"Tôi nói thẳng với anh, tôi sẽ không mạo hiểm mạng sống của mình để đổi lấy toàn bộ vàng của Alaska đâu."

**"Immagino che tu non sia uno stupido", rispose Hal.**

"Tôi cho là vì anh không phải là kẻ ngốc," Hal trả lời.

**"Comunque, andiamo avanti con Dawson." Srotolò la frusta.**

"Dù sao thì chúng ta vẫn sẽ đi đến Dawson." Anh ta tháo roi ra.

**"Sali, Buck! Ehi! Alzati! Forza!" urlò con voce roca.**

"Lên đó đi, Buck! Xin chào! Lên đi! Tiến lên!" anh ta hét lớn.

**Thornton continuò a intagliare, sapendo che gli sciocchi non volevano sentire ragioni.**

Thornton tiếp tục gọt giũa, biết rằng kẻ ngốc sẽ không nghe lý lẽ.

**Fermare uno stupido era inutile, e due o tre stupidi non cambiavano nulla.**

Ngăn cản một kẻ ngốc là vô ích—và hai hoặc ba kẻ bị lừa cũng chẳng thay đổi được gì.

**Ma la squadra non si mosse al suono del comando di Hal.**

Nhưng cả đội không di chuyển theo lệnh của Hal.

**Ormai solo i colpi potevano farli sollevare e avanzare.**

Lúc này, chỉ có những cú đánh mới có thể khiến chúng đứng dậy và tiến về phía trước.

**La frusta schioccava ripetutamente sui cani indeboliti.**

Chiếc roi quất liên hồi vào những con chó yếu ớt.

**John Thornton strinse forte le labbra e osservò in silenzio.**

John Thornton mím chặt môi và im lặng quan sát.

**Solleks fu il primo a rialzarsi sotto la frusta.**

Solleks là người đầu tiên bò dậy dưới roi.

**Poi Teek lo seguì, tremando. Joe urlò mentre barcollava.**

Rồi Teek chạy theo, run rẩy. Joe hét lên khi loạng choạng đứng dậy.

**Pike cercò di alzarsi, fallì due volte, poi alla fine si rialzò barcollando.**

Pike cố gắng đứng dậy, thất bại hai lần, rồi cuối cùng đứng không vững.
**Ma Buck rimase lì dov'era caduto, senza muoversi affatto.**
Nhưng Buck vẫn nằm nguyên tại chỗ, không hề nhúc nhích.
**La frusta lo colpì più volte, ma lui non emise alcun suono.**
Cái roi quất liên tục vào anh ta, nhưng anh ta không hề kêu một tiếng nào.
**Lui non sussultò né oppose resistenza, rimase semplicemente immobile e in silenzio.**
Anh ta không hề nao núng hay chống cự, chỉ đứng yên và im lặng.
**Thornton si mosse più di una volta, come per dire qualcosa, ma non lo fece.**
Thornton liên tục cựa quậy như muốn nói gì đó, nhưng rồi lại thôi.
**I suoi occhi si inumidirono, ma la frusta continuava a schioccare contro Buck.**
Đôi mắt anh đẫm lệ, nhưng roi vẫn quất vào Buck.
**Alla fine Thornton cominciò a camminare lentamente, incerto sul da farsi.**
Cuối cùng, Thornton bắt đầu bước đi chậm rãi, không biết phải làm gì.
**Era la prima volta che Buck falliva e Hal si infuriò.**
Đó là lần đầu tiên Buck thất bại và Hal vô cùng tức giận.
**Gettò via la frusta e prese al suo posto il pesante manganello.**
Anh ta vứt roi xuống và cầm lấy cây gậy nặng.
**La mazza di legno colpì con violenza, ma Buck non si alzò per muoversi.**
Cây gậy gỗ giáng mạnh xuống, nhưng Buck vẫn không đứng dậy để di chuyển.
**Come i suoi compagni di squadra, era troppo debole, ma non solo.**
Giống như các đồng đội của mình, anh ấy quá yếu—nhưng còn hơn thế nữa.
**Buck aveva deciso di non muoversi, qualunque cosa accadesse.**

Buck đã quyết định không di chuyển, bất kể chuyện gì xảy ra tiếp theo.

**Sentì qualcosa di oscuro e sicuro incombere proprio davanti a sé.**

Anh cảm thấy có thứ gì đó đen tối và chắc chắn đang lơ lửng ngay phía trước.

**Quel terrore lo aveva colto non appena aveva raggiunto la riva del fiume.**

Nỗi sợ hãi đã xâm chiếm anh ngay khi anh tới bờ sông.

**Quella sensazione non lo aveva abbandonato da quando aveva sentito il ghiaccio assottigliarsi sotto le zampe.**

Cảm giác đó vẫn còn nguyên vẹn kể từ lúc anh cảm thấy lớp băng mỏng dưới bàn chân mình.

**Qualcosa di terribile lo stava aspettando: lo sentiva proprio lungo il sentiero.**

Có điều gì đó khủng khiếp đang chờ đợi anh - anh cảm thấy nó ngay trên con đường mòn.

**Non avrebbe camminato verso quella cosa terribile davanti a lui**

Anh ấy sẽ không bước về phía thứ khủng khiếp phía trước

**Non avrebbe obbedito a nessun ordine che lo avrebbe condotto a quella cosa.**

Anh ta sẽ không tuân theo bất kỳ mệnh lệnh nào đưa anh ta đến nơi đó.

**Ormai il dolore dei colpi non lo sfiorava più: era troppo stanco.**

Cơn đau từ những cú đánh giờ đây hầu như không còn tác động đến anh nữa - anh đã đi quá xa rồi.

**La scintilla della vita tremolava lentamente, affievolita da ogni colpo crudele.**

Tia lửa của sự sống yếu dần, mờ dần sau mỗi đòn tấn công tàn khốc.

**Gli arti gli sembravano distanti; tutto il corpo sembrava appartenere a un altro.**

Tứ chi của anh cảm thấy xa xôi; toàn bộ cơ thể dường như thuộc về một người khác.

**Sentì uno strano torpore mentre il dolore scompariva completamente.**
Anh cảm thấy một cảm giác tê liệt lạ lùng khi cơn đau biến mất hoàn toàn.
**Da lontano, sentiva che lo stavano picchiando, ma non se ne rendeva conto.**
Từ xa, anh cảm nhận được mình đang bị đánh, nhưng anh hầu như không biết.
**Poteva udire debolmente i tonfi, ma ormai non gli facevano più male.**
Anh có thể nghe thấy tiếng động rất nhỏ, nhưng chúng không còn thực sự gây đau nữa.
**I colpi andarono a segno, ma il suo corpo non sembrava più il suo.**
Những đòn đánh giáng xuống, nhưng cơ thể anh dường như không còn là của riêng anh nữa.
**Poi, all'improvviso, senza alcun preavviso, John Thornton lanciò un grido selvaggio.**
Rồi đột nhiên, không báo trước, John Thornton hét lên một tiếng thảm thiết.
**Era inarticolato, più il grido di una bestia che di un uomo.**
Tiếng kêu đó không rõ ràng, giống tiếng kêu của loài thú hơn là tiếng kêu của con người.
**Si lanciò sull'uomo con la mazza e fece cadere Hal all'indietro.**
Anh ta nhảy vào người đàn ông cầm dùi cui và đánh Hal ngã về phía sau.
**Hal volò come se fosse stato colpito da un albero, atterrando pesantemente al suolo.**
Hal bay đi như thể bị cây đập vào, đáp mạnh xuống đất.
**Mercedes urlò a gran voce in preda al panico e si portò le mani al viso.**
Mercedes hét lên trong hoảng loạn và ôm chặt mặt.
**Charles si limitò a guardare, si asciugò gli occhi e rimase seduto.**
Charles chỉ nhìn, lau mắt rồi ngồi im.

Il suo corpo era troppo irrigidito dal dolore per alzarsi o contribuire alla lotta.

Cơ thể ông quá cứng đờ vì đau đớn đến nỗi không thể đứng dậy hoặc tham gia chiến đấu.

**Thornton era in piedi davanti a Buck, tremante di rabbia, incapace di parlare.**

Thornton đứng trên Buck, run rẩy vì giận dữ, không nói nên lời.

**Tremava di rabbia e lottò per trovare la voce.**

Anh ta run lên vì giận dữ và cố gắng tìm lại giọng nói của mình.

**"Se colpisci ancora quel cane, ti uccido", disse infine.**

Cuối cùng anh ta nói: "Nếu mày còn đánh con chó đó nữa, tao sẽ giết mày".

**Hal si asciugò il sangue dalla bocca e tornò avanti.**

Hal lau máu trên miệng và tiến về phía trước lần nữa.

**"È il mio cane", borbottò. "Togliti di mezzo o ti sistemo io."**

"Đó là chó của tôi," anh ta lẩm bẩm. "Tránh ra, nếu không tôi sẽ xử anh."

**"Vado da Dawson e tu non mi fermerai", ha aggiunto.**

"Tôi sẽ đến Dawson, và anh không được phép ngăn cản tôi", ông nói thêm.

**Thornton si fermò tra Buck e il giovane arrabbiato.**

Thornton đứng vững giữa Buck và chàng trai trẻ giận dữ.

**Non aveva alcuna intenzione di farsi da parte o di lasciar passare Hal.**

Anh ta không có ý định tránh sang một bên hoặc để Hal đi qua.

**Hal tirò fuori il suo coltello da caccia, lungo e pericoloso nella sua mano.**

Hal rút con dao săn của mình ra, dài và nguy hiểm trong tay.

**Mercedes urlò, poi pianse, poi rise in preda a un'isteria selvaggia.**

Mercedes hét lên, rồi khóc, rồi cười trong cơn cuồng loạn dữ dội.

**Thornton colpì la mano di Hal con il manico dell'ascia, con forza e rapidità.**

Thornton đánh vào tay Hal bằng cán rìu, mạnh và nhanh.
**Il coltello si liberò dalla presa di Hal e volò a terra.**
Con dao tuột khỏi tay Hal và bay xuống đất.
**Hal cercò di raccogliere il coltello, ma Thornton gli batté di nuovo le nocche.**
Hal cố nhặt con dao lên nhưng Thornton lại gõ vào đốt ngón tay anh.
**Poi Thornton si chinò, afferrò il coltello e lo tenne fermo.**
Sau đó Thornton cúi xuống, cầm lấy con dao và giữ chặt.
**Con due rapidi colpi del manico dell'ascia, tagliò le redini di Buck.**
Anh ta chặt nhanh hai nhát cán rìu và cắt đứt dây cương của Buck.
**Hal non aveva più voglia di combattere e si allontanò dal cane.**
Hal không còn sức chiến đấu nữa và lùi xa con chó.
**Inoltre, ora Mercedes aveva bisogno di entrambe le braccia per restare in piedi.**
Hơn nữa, Mercedes bây giờ cần cả hai tay để giữ thăng bằng.
**Buck era troppo vicino alla morte per poter nuovamente tirare la slitta.**
Buck đã quá gần cái chết để có thể tiếp tục kéo xe trượt tuyết.
**Pochi minuti dopo, ripartirono, dirigendosi verso il fiume.**
Vài phút sau, họ rời đi và đi về phía hạ lưu sông.
**Buck sollevò debolmente la testa e li guardò lasciare la banca.**
Buck yếu ớt ngẩng đầu lên và nhìn họ rời khỏi bờ.
**Pike guidava la squadra, con Solleks dietro al volante.**
Pike dẫn đầu nhóm, còn Solleks ở phía sau trong vị trí bánh xe.
**Joe e Teek camminavano in mezzo, zoppicando entrambi per la stanchezza.**
Joe và Teek đi ở giữa, cả hai đều khập khiễng vì kiệt sức.
**Mercedes si sedette sulla slitta e Hal afferrò la lunga pertica.**
Mercedes ngồi trên xe trượt tuyết, còn Hal nắm chặt cần lái dài.
**Charles barcollava dietro di lui, con passi goffi e incerti.**

Charles loạng choạng đi theo phía sau, bước chân vụng về và không chắc chắn.

**Thornton si inginocchiò accanto a Buck e tastò delicatamente per vedere se aveva ossa rotte.**

Thornton quỳ xuống bên Buck và nhẹ nhàng kiểm tra xem có xương gãy nào không.

**Le sue mani erano ruvide, ma si muovevano con gentilezza e cura.**

Đôi bàn tay của ông thô ráp nhưng cử động một cách ân cần và cẩn thận.

**Il corpo di Buck era pieno di lividi, ma non presentava lesioni permanenti.**

Cơ thể của Buck bị bầm tím nhưng không có thương tích lâu dài.

**Ciò che restava era una fame terribile e una debolezza quasi totale.**

Những gì còn lại là cơn đói khủng khiếp và sự suy nhược gần như hoàn toàn.

**Quando la situazione fu più chiara, la slitta era già andata molto a valle.**

Khi nhận ra điều này thì chiếc xe trượt tuyết đã đi khá xa về phía hạ lưu.

**L'uomo e il cane osservavano la slitta avanzare lentamente sul ghiaccio che si rompeva.**

Người đàn ông và chú chó dõi theo chiếc xe trượt tuyết từ từ bò trên lớp băng nứt nẻ.

**Poi videro la slitta sprofondare in una cavità.**

Sau đó, họ thấy chiếc xe trượt tuyết chìm xuống một cái hố.

**La pertica volò in alto, ma Hal vi si aggrappò ancora invano.**

Cột buồm bay lên, Hal vẫn bám vào nó một cách vô ích.

**L'urlo di Mercedes li raggiunse attraverso la fredda distanza.**

Tiếng hét của Mercedes vang vọng khắp khoảng cách lạnh giá.

**Charles si voltò e fece un passo indietro, ma era troppo tardi.**

Charles quay lại và bước lùi lại—nhưng đã quá muộn.

**Un'intera calotta di ghiaccio cedette e tutti precipitarono.**

Cả một tảng băng vỡ ra và tất cả bọn họ đều rơi xuống.

**Cani, slitte e persone scomparvero nelle acque nere sottostanti.**
Chó, xe trượt tuyết và người đều biến mất vào làn nước đen bên dưới.

**Nel punto in cui erano passati era rimasto solo un largo buco nel ghiaccio.**
Chỉ còn lại một lỗ hổng rộng trên băng ở nơi họ đi qua.

**Il fondo del sentiero era crollato, proprio come aveva previsto Thornton.**
Đáy đường mòn đã dốc xuống—đúng như Thornton đã cảnh báo.

**Thornton e Buck si guardarono l'un l'altro, in silenzio per un momento.**
Thornton và Buck nhìn nhau, im lặng một lúc.

**"Povero diavolo", disse Thornton dolcemente, e Buck gli leccò la mano.**
"Đồ khốn khổ," Thornton nhẹ nhàng nói, và Buck liếm tay anh.

### Per amore di un uomo
Vì tình yêu của một người đàn ông

**John Thornton si congelò i piedi per il freddo del dicembre precedente.**
John Thornton bị cóng chân trong cái lạnh của tháng 12 năm trước.

**I suoi compagni lo fecero sentire a suo agio e lo lasciarono guarire da solo.**
Các cộng sự của ông giúp ông cảm thấy thoải mái và để ông tự hồi phục.

**Risalirono il fiume per raccogliere una zattera di tronchi da sega per Dawson.**
Họ đi ngược dòng sông để gom một bè gỗ xẻ về Dawson.

**Zoppicava ancora leggermente quando salvò Buck dalla morte.**
Anh ấy vẫn còn khập khiễng một chút khi cứu Buck khỏi cái chết.

**Ma con il persistere del caldo, anche quella zoppia è scomparsa.**
Nhưng khi thời tiết ấm áp tiếp tục, ngay cả sự khập khiễng đó cũng biến mất.

**Sdraiato sulla riva del fiume durante le lunghe giornate primaverili, Buck si riposò.**
Nằm bên bờ sông trong những ngày xuân dài, Buck nghỉ ngơi.

**Osservava l'acqua che scorreva e ascoltava gli uccelli e gli insetti.**
Ông ngắm nhìn dòng nước chảy và lắng nghe tiếng chim và côn trùng.

**Lentamente Buck riacquistò le forze sotto il sole e il cielo.**
Buck dần lấy lại sức lực dưới ánh mặt trời và bầu trời.

**Dopo aver viaggiato tremila miglia, riposarsi è stato meraviglioso.**
Cảm giác nghỉ ngơi thật tuyệt vời sau chuyến đi ba ngàn dặm.

**Buck diventò pigro man mano che le sue ferite guarivano e il suo corpo si riempiva.**

Buck trở nên lười biếng khi vết thương của nó lành lại và cơ thể nó phát triển.

**I suoi muscoli si rassodarono e la carne tornò a ricoprire le sue ossa.**

Cơ bắp của ông trở nên săn chắc và thịt đã mọc lại để che phủ xương.

**Stavano tutti riposando: Buck, Thornton, Skeet e Nig.**

Tất cả bọn họ đều đang nghỉ ngơi—Buck, Thornton, Skeet và Nig.

**Aspettarono la zattera che li avrebbe portati a Dawson.**

Họ chờ chiếc bè sẽ đưa họ xuống Dawson.

**Skeet era un piccolo setter irlandese che fece amicizia con Buck.**

Skeet là một chú chó săn nhỏ người Ireland đã kết bạn với Buck.

**Buck era troppo debole e malato per resisterle al loro primo incontro.**

Buck quá yếu và bệnh để có thể cưỡng lại cô trong lần gặp đầu tiên.

**Skeet aveva la caratteristica di guaritore che alcuni cani possiedono per natura.**

Skeet có đặc điểm chữa bệnh mà một số loài chó khác vốn có.

**Come una gatta, leccò e pulì le ferite aperte di Buck.**

Giống như một con mèo mẹ, cô liếm và rửa sạch những vết thương hở của Buck.

**Ogni mattina, dopo colazione, ripeteva il suo attento lavoro.**

Mỗi sáng sau khi ăn sáng, cô lại lặp lại công việc cẩn thận của mình.

**Buck finì per aspettarsi il suo aiuto tanto quanto quello di Thornton.**

Buck mong đợi sự giúp đỡ của cô nhiều như mong đợi của Thornton.

**Anche Nig era amichevole, ma meno aperto e meno affettuoso.**

Nig cũng thân thiện nhưng ít cởi mở và ít tình cảm hơn.

**Nig era un grosso cane nero, in parte segugio e in parte levriero.**

Nig là một con chó đen to lớn, một phần là chó săn và một phần là chó săn nai.

**Aveva occhi sorridenti e un'infinita bontà d'animo.**
Ông có đôi mắt biết cười và bản tính tốt bụng vô tận.

**Con sorpresa di Buck, nessuno dei due cani mostrò gelosia nei suoi confronti.**
Điều khiến Buck ngạc nhiên là không có con chó nào tỏ ra ghen tị với nó.

**Sia Skeet che Nig condividevano la gentilezza di John Thornton.**
Cả Skeet và Nig đều nhận được lòng tốt của John Thornton.

**Man mano che Buck diventava più forte, lo attiravano in stupidi giochi da cani.**
Khi Buck trở nên mạnh mẽ hơn, họ dụ nó vào những trò chơi chó ngu ngốc.

**Anche Thornton giocava spesso con loro, incapace di resistere alla loro gioia.**
Thornton cũng thường chơi với chúng, không thể cưỡng lại niềm vui của chúng.

**In questo modo giocoso, Buck passò dalla malattia a una nuova vita.**
Bằng cách vui tươi này, Buck đã vượt qua bệnh tật và bắt đầu một cuộc sống mới.

**L'amore, quello vero, ardente e passionale, era finalmente suo.**
Tình yêu - tình yêu chân thành, cháy bỏng và nồng nàn - cuối cùng đã thuộc về anh.

**Non aveva mai conosciuto questo tipo di amore nella tenuta di Miller.**
Anh chưa bao giờ biết đến tình yêu như thế này ở điền trang của Miller.

**Con i figli del giudice aveva condiviso lavoro e avventure.**
Ông đã cùng chia sẻ công việc và cuộc phiêu lưu với các con trai của Thẩm phán.

**Nei nipoti notò un orgoglio rigido e vanitoso.**
Ở những đứa cháu trai, ông thấy sự kiêu hãnh cứng nhắc và khoe khoang.

**Con lo stesso giudice Miller aveva un rapporto di rispettosa amicizia.**

Với chính Thẩm phán Miller, ông đã có một tình bạn đáng trân trọng.

**Ma l'amore che era fuoco, follia e adorazione era ciò che accadeva con Thornton.**

Nhưng tình yêu như ngọn lửa, sự điên cuồng và sự tôn thờ đã đến cùng Thornton.

**Quest'uomo aveva salvato la vita di Buck, e questo di per sé significava molto.**

Người đàn ông này đã cứu mạng Buck, và chỉ riêng điều đó cũng có ý nghĩa rất lớn.

**Ma più di questo, John Thornton era il tipo ideale di maestro.**

Nhưng hơn thế nữa, John Thornton chính là mẫu người thầy lý tưởng.

**Altri uomini si prendevano cura dei cani per dovere o per necessità lavorative.**

Những người đàn ông khác chăm sóc chó vì nhiệm vụ hoặc nhu cầu công việc.

**John Thornton si prendeva cura dei suoi cani come se fossero figli.**

John Thornton chăm sóc những chú chó của mình như thể chúng là con của ông.

**Si prendeva cura di loro perché li amava e semplicemente non poteva farne a meno.**

Ông chăm sóc họ vì ông yêu họ và không thể làm gì khác được.

**John Thornton vide molto più lontano di quanto la maggior parte degli uomini riuscisse mai a vedere.**

John Thornton thậm chí còn nhìn xa hơn hầu hết những gì con người có thể nhìn thấy.

**Non dimenticava mai di salutarli gentilmente o di pronunciare una parola di incoraggiamento.**

Ông không bao giờ quên chào hỏi họ một cách tử tế hoặc nói một lời động viên.

**Amava sedersi con i cani per fare lunghe chiacchierate, o "gassy", come diceva lui.**
Ông thích ngồi nói chuyện với những chú chó trong thời gian dài, hay "nói chuyện phiếm" như ông nói.

**Gli piaceva afferrare bruscamente la testa di Buck tra le sue mani forti.**
Anh ta thích túm chặt đầu Buck bằng đôi bàn tay khỏe mạnh của mình.

**Poi appoggiò la testa contro quella di Buck e lo scosse delicatamente.**
Sau đó, anh tựa đầu mình vào đầu Buck và lắc nhẹ.

**Nel frattempo, chiamava Buck con nomi volgari che per lui significavano affetto.**
Trong suốt thời gian đó, anh ta gọi Buck bằng những cái tên thô lỗ nhưng lại có ý nghĩa yêu thương Buck.

**Per Buck, quell'abbraccio rude e quelle parole portarono una gioia profonda.**
Với Buck, cái ôm thô bạo và những lời nói đó mang lại niềm vui sâu sắc.

**A ogni movimento il suo cuore sembrava sussultare di felicità.**
Trái tim anh dường như rung lên vì hạnh phúc với mỗi chuyển động.

**Quando poi balzò in piedi, la sua bocca sembrava ridere.**
Khi anh ta nhảy lên sau đó, miệng anh ta trông như đang cười.

**I suoi occhi brillavano intensamente e la sua gola tremava per una gioia inespressa.**
Đôi mắt anh sáng lên và cổ họng anh run lên vì niềm vui không nói thành lời.

**Il suo sorriso rimase immobile in quello stato di emozione e affetto ardente.**
Nụ cười của anh vẫn đứng im trong trạng thái cảm xúc và tình cảm rạng rỡ đó.

**Allora Thornton esclamò pensieroso: "Dio! Riesce quasi a parlare!"**

Sau đó Thornton thốt lên đầy suy tư, "Chúa ơi! Anh ấy gần như có thể nói được!"

**Buck aveva uno strano modo di esprimere l'amore che quasi gli causava dolore.**

Buck có cách thể hiện tình yêu kỳ lạ đến mức gần như gây ra đau đớn.

**Spesso stringeva forte la mano di Thornton tra i denti.**

Anh ta thường cắn chặt tay Thornton.

**Il morso avrebbe lasciato segni profondi che sarebbero rimasti per qualche tempo.**

Vết cắn sẽ để lại dấu vết sâu và tồn tại trong một thời gian sau đó.

**Buck credeva che quei giuramenti fossero amore, e Thornton la pensava allo stesso modo.**

Buck tin rằng những lời thề đó là tình yêu, và Thornton cũng biết như vậy.

**Il più delle volte, l'amore di Buck si manifestava in un'adorazione silenziosa, quasi silenziosa.**

Thông thường, tình yêu của Buck được thể hiện bằng sự tôn thờ lặng lẽ, gần như im lặng.

**Sebbene fosse emozionato quando veniva toccato o gli si parlava, non cercava attenzione.**

Mặc dù rất thích thú khi được chạm vào hoặc nói chuyện, nhưng chú không tìm kiếm sự chú ý.

**Skeet spinse il naso sotto la mano di Thornton finché lui non la accarezzò.**

Skeet dụi mũi vào tay Thornton cho đến khi anh vuốt ve cô.

**Nig si avvicinò silenziosamente e appoggiò la sua grande testa sulle ginocchia di Thornton.**

Nig lặng lẽ bước tới và tựa cái đầu to của mình vào đầu gối Thornton.

**Buck, al contrario, si accontentava di amare da una rispettosa distanza.**

Ngược lại, Buck hài lòng khi yêu từ một khoảng cách tôn trọng.

**Rimase sdraiato per ore ai piedi di Thornton, vigile e attento.**

Anh ta nằm hàng giờ dưới chân Thornton, cảnh giác và quan sát chặt chẽ.

**Buck studiò ogni dettaglio del volto del suo padrone, perfino il più piccolo movimento.**

Buck nghiên cứu từng chi tiết trên khuôn mặt và từng chuyển động nhỏ nhất của chủ nhân.

**Oppure sdraiati più lontano, studiando in silenzio la sagoma dell'uomo.**

Hoặc nằm xa hơn, im lặng quan sát hình dáng người đàn ông.

**Buck osservava ogni piccolo movimento, ogni cambiamento di postura o di gesto.**

Buck quan sát từng cử động nhỏ, từng thay đổi trong tư thế hoặc cử chỉ.

**Questo legame era così potente che spesso catturava lo sguardo di Thornton.**

Mối liên hệ này mạnh mẽ đến mức thường thu hút sự chú ý của Thornton.

**Incontrò lo sguardo di Buck senza dire parole, e il suo amore traspariva chiaramente.**

Anh nhìn thẳng vào mắt Buck mà không nói lời nào, ánh mắt tràn đầy tình yêu.

**Per molto tempo dopo essere stato salvato, Buck non perse mai di vista Thornton.**

Trong một thời gian dài sau khi được cứu, Buck không bao giờ rời mắt khỏi Thornton.

**Ogni volta che Thornton usciva dalla tenda, Buck lo seguiva da vicino all'esterno.**

Bất cứ khi nào Thornton rời khỏi lều, Buck đều theo sát anh ta ra ngoài.

**Tutti i severi padroni delle Terre del Nord avevano fatto sì che Buck non riuscisse più a fidarsi.**

Tất cả những người chủ khắc nghiệt ở vùng đất phương Bắc đã khiến Buck sợ phải tin tưởng.

**Temeva che nessun uomo potesse restare suo padrone se non per un breve periodo.**

Ông sợ rằng không ai có thể làm chủ được ông quá một thời gian ngắn.

**Temeva che John Thornton sarebbe scomparso come Perrault e François.**
Ông lo sợ John Thornton sẽ biến mất giống như Perrault và François.
**Anche di notte, la paura di perderlo tormentava il sonno agitato di Buck.**
Ngay cả vào ban đêm, nỗi sợ mất anh vẫn ám ảnh giấc ngủ không yên của Buck.
**Quando Buck si svegliò, si trascinò fuori al freddo e andò nella tenda.**
Khi Buck thức dậy, anh ta rón rén đi ra ngoài trời lạnh và đi đến lều.
**Ascoltò attentamente il leggero suono del suo respiro interiore.**
Anh lắng nghe thật kỹ tiếng thở nhẹ nhàng bên trong.
**Nonostante il profondo amore di Buck per John Thornton, la natura selvaggia sopravvisse.**
Bất chấp tình yêu sâu sắc của Buck dành cho John Thornton, thiên nhiên hoang dã vẫn tồn tại.
**Quell'istinto primitivo, risvegliatosi nel Nord, non scomparve.**
Bản năng nguyên thủy đó, được đánh thức ở phương Bắc, vẫn chưa biến mất.
**L'amore portava devozione, lealtà e il caldo legame attorno al fuoco.**
Tình yêu mang lại sự tận tụy, lòng trung thành và mối liên kết ấm áp bên bếp lửa.
**Ma Buck mantenne anche i suoi istinti selvaggi, acuti e sempre all'erta.**
Nhưng Buck vẫn giữ được bản năng hoang dã của mình, sắc bén và luôn cảnh giác.
**Non era solo un animale domestico addomesticato proveniente dalle dolci terre della civiltà.**
Anh ta không chỉ là một con vật cưng được thuần hóa từ vùng đất văn minh mềm mại.
**Buck era un essere selvaggio che si era seduto accanto al fuoco di Thornton.**

Buck là một sinh vật hoang dã đến ngồi bên đống lửa của Thornton.

**Sembrava un cane del Southland, ma in lui albergava la natura selvaggia.**

Trông nó giống như một chú chó miền Nam, nhưng bên trong nó lại ẩn chứa sự hoang dã.

**Il suo amore per Thornton era troppo grande per permettersi un furto da parte di quell'uomo.**

Tình yêu của ông dành cho Thornton quá lớn đến nỗi không thể cho phép người đàn ông đó ăn cắp đồ của ông.

**Ma in qualsiasi altro campo ruberebbe con audacia e senza esitazione.**

Nhưng ở bất kỳ trại nào khác, anh ta sẽ ăn cắp một cách táo bạo và không ngừng nghỉ.

**Era così abile nel rubare che nessuno riusciva a catturarlo o accusarlo.**

Anh ta ăn cắp rất khéo đến nỗi không ai có thể bắt được hay buộc tội anh ta.

**Il suo viso e il suo corpo erano coperti di cicatrici dovute a molti combattimenti passati.**

Khuôn mặt và cơ thể anh đầy vết sẹo từ nhiều trận chiến trước đây.

**Buck continuava a combattere con ferocia, ma ora lo faceva con maggiore astuzia.**

Buck vẫn chiến đấu dữ dội, nhưng bây giờ anh chiến đấu một cách khôn ngoan hơn.

**Skeet e Nig erano troppo docili per combattere, ed erano di Thornton.**

Skeet và Nig quá hiền lành nên không muốn đánh nhau, và chúng là của Thornton.

**Ma qualsiasi cane estraneo, non importa quanto forte o coraggioso, cedeva.**

Nhưng bất kỳ con chó lạ nào, dù mạnh mẽ hay dũng cảm đến đâu, cũng đều nhường đường.

**Altrimenti, il cane si ritrovò a combattere contro Buck, lottando per la propria vita.**

Nếu không, con chó sẽ phải chiến đấu với Buck; chiến đấu để giành lấy mạng sống.

**Buck non ebbe pietà quando decise di combattere contro un altro cane.**

Buck không hề thương xót khi nó quyết định chiến đấu với một con chó khác.

**Aveva imparato bene la legge del bastone e della zanna nel Nord.**

Anh ta đã học rất rõ luật sử dụng dùi cui và nanh ở vùng Northland.

**Non ha mai rinunciato a un vantaggio e non si è mai tirato indietro dalla battaglia.**

Ông không bao giờ từ bỏ lợi thế và không bao giờ lùi bước trong trận chiến.

**Aveva studiato Spitz e i cani più feroci della polizia e della posta.**

Ông đã nghiên cứu về chó Spitz và những con chó hung dữ nhất của cảnh sát và thư tín.

**Sapeva chiaramente che non esisteva via di mezzo in un combattimento selvaggio.**

Ông biết rõ rằng không có lập trường trung dung trong chiến đấu dữ dội.

**Doveva governare o essere governato; mostrare misericordia significava mostrare debolezza.**

Ngài phải cai trị hoặc bị cai trị; thể hiện lòng thương xót có nghĩa là thể hiện sự yếu đuối.

**La pietà era sconosciuta nel mondo crudo e brutale della sopravvivenza.**

Lòng thương xót là điều không hề tồn tại trong thế giới sinh tồn khắc nghiệt và tàn khốc.

**Mostrare pietà era visto come un atto di paura, e la paura conduceva rapidamente alla morte.**

Việc thể hiện lòng thương xót bị coi là sợ hãi, và sợ hãi nhanh chóng dẫn đến cái chết.

**La vecchia legge era semplice: uccidere o essere uccisi, mangiare o essere mangiati.**

Luật cũ rất đơn giản: giết hoặc bị giết, ăn hoặc bị ăn.

**Quella legge proveniva dalle profondità del tempo e Buck la seguì alla lettera.**
Luật đó xuất phát từ sâu thẳm thời gian, và Buck đã tuân thủ nó một cách nghiêm ngặt.
**Buck era più vecchio dei suoi anni e del numero dei suoi respiri.**
Buck già hơn so với tuổi và số lần hít thở của anh.
**Collegava in modo chiaro il passato remoto con il momento presente.**
Ông đã kết nối quá khứ xa xưa với hiện tại một cách rõ ràng.
**I ritmi profondi dei secoli si muovevano attraverso di lui come le maree.**
Những nhịp điệu sâu lắng của thời đại di chuyển qua anh như thủy triều.
**Il tempo pulsava nel suo sangue con la stessa sicurezza con cui le stagioni muovevano la terra.**
Thời gian chảy trong máu ông chắc chắn như các mùa chuyển động trên trái đất.
**Sedeva accanto al fuoco di Thornton, con il petto forte e le zanne bianche.**
Anh ta ngồi bên đống lửa của Thornton, ngực khỏe và nanh trắng.
**La sua lunga pelliccia ondeggiava, ma dietro di lui lo osservavano gli spiriti dei cani selvatici.**
Bộ lông dài của nó rung rinh, nhưng đằng sau nó, linh hồn của những con chó hoang đang dõi theo.
**Lupi mezzi e lupi veri si agitavano nel suo cuore e nei suoi sensi.**
Nửa sói và nửa sói thực sự khuấy động trong trái tim và giác quan của anh.
**Assaggiarono la sua carne e bevvero la stessa acqua che bevve lui.**
Họ nếm thử thịt của ông và uống cùng một loại nước như ông.
**Annusarono il vento insieme a lui e ascoltarono la foresta.**
Họ hít thở làn gió cùng anh và lắng nghe tiếng rừng.
**Sussurravano il significato dei suoni selvaggi nell'oscurità.**

Họ thì thầm ý nghĩa của những âm thanh hoang dã trong bóng tối.
**Modellavano il suo umore e guidavano ciascuna delle sue reazioni silenziose.**
Họ định hình tâm trạng của ông và hướng dẫn từng phản ứng lặng lẽ của ông.
**Giacevano accanto a lui mentre dormiva e diventavano parte dei suoi sogni profondi.**
Chúng nằm cùng anh khi anh ngủ và trở thành một phần trong giấc mơ sâu thẳm của anh.
**Sognavano con lui, oltre lui, e costituivano il suo stesso spirito.**
Họ mơ cùng ông, vượt ra ngoài ông, và tạo nên chính tinh thần của ông.
**Gli spiriti della natura selvaggia chiamavano con tanta forza che Buck si sentì attratto.**
Những linh hồn hoang dã gọi mời mạnh mẽ đến nỗi Buck cảm thấy bị lôi kéo.
**Ogni giorno che passava, l'umanità e le sue rivendicazioni si indebolivano nel cuore di Buck.**
Mỗi ngày, nhân loại và những đòi hỏi của họ ngày càng yếu đi trong trái tim Buck.
**Nel profondo della foresta si stava per udire un richiamo strano ed emozionante.**
Sâu trong rừng, một tiếng gọi kỳ lạ và hồi hộp sắp vang lên.
**Ogni volta che sentiva la chiamata, Buck provava un impulso a cui non riusciva a resistere.**
Mỗi lần nghe tiếng gọi đó, Buck lại cảm thấy một sự thôi thúc không thể cưỡng lại.
**Avrebbe voltato le spalle al fuoco e ai sentieri battuti dagli uomini.**
Anh ta định quay lưng lại với ngọn lửa và con đường đời đầy rẫy sự giày vò của con người.
**Stava per addentrarsi nella foresta, avanzando senza sapere il perché.**
Anh ta định lao vào rừng, tiến về phía trước mà không biết tại sao.

**Non mise in discussione questa attrazione, perché la chiamata era profonda e potente.**
Ông không thắc mắc về sức hút này, vì tiếng gọi đó sâu sắc và mạnh mẽ.

**Spesso raggiungeva l'ombra verde e la terra morbida e intatta**
Thường thì anh ấy đã chạm tới bóng râm xanh và đất mềm nguyên sơ

**Ma poi il forte amore per John Thornton lo riportò al fuoco.**
Nhưng rồi tình yêu mãnh liệt dành cho John Thornton đã kéo ông trở lại với ngọn lửa.

**Soltanto John Thornton riuscì davvero a tenere stretto il cuore selvaggio di Buck.**
Chỉ có John Thornton mới thực sự nắm giữ được trái tim hoang dã của Buck.

**Per Buck il resto dell'umanità non aveva alcun valore o significato duraturo.**
Phần còn lại của nhân loại không có giá trị hay ý nghĩa lâu dài đối với Buck.

**Gli sconosciuti potrebbero lodarlo o accarezzargli la pelliccia con mani amichevoli.**
Người lạ có thể khen ngợi hoặc vuốt ve bộ lông của chú bằng đôi tay thân thiện.

**Buck rimase impassibile e se ne andò per eccesso di affetto.**
Buck vẫn không hề lay chuyển và bỏ đi vì được yêu mến quá mức.

**Hans e Pete arrivarono con la zattera che era stata attesa a lungo**
Hans và Pete đã đến với chiếc bè mà họ đã mong đợi từ lâu

**Buck li ignorò finché non venne a sapere che erano vicini a Thornton.**
Buck không để ý đến họ cho đến khi anh biết họ ở gần Thornton.

**Da allora in poi li tollerò, ma non dimostrò mai loro tutto il suo calore.**
Sau đó, ông chịu đựng họ, nhưng không bao giờ thể hiện sự nồng nhiệt thực sự với họ.

**Accettava da loro cibo o gentilezza come se volesse fare loro un favore.**
Ông nhận thức ăn hoặc lòng tốt từ họ như thể đang làm ơn cho họ.
**Erano come Thornton: semplici, onesti e lucidi nei pensieri.**
Họ giống như Thornton - giản dị, trung thực và suy nghĩ rõ ràng.
**Tutti insieme viaggiarono verso la segheria di Dawson e il grande vortice**
Tất cả cùng nhau họ đi đến xưởng cưa Dawson và xoáy nước lớn
**Nel corso del loro viaggio impararono a comprendere profondamente la natura di Buck.**
Trong cuộc hành trình của mình, họ đã hiểu sâu sắc bản chất của Buck.
**Non cercarono di avvicinarsi come avevano fatto Skeet e Nig.**
Họ không cố gắng trở nên gần gũi như Skeet và Nig đã làm.
**Ma l'amore di Buck per John Thornton non fece che aumentare con il tempo.**
Nhưng tình yêu của Buck dành cho John Thornton ngày càng sâu sắc hơn theo thời gian.
**Solo Thornton poteva mettere uno zaino sulla schiena di Buck durante l'estate.**
Chỉ có Thornton mới có thể đặt một chiếc ba lô lên lưng Buck vào mùa hè.
**Buck era disposto a eseguire senza riserve qualsiasi ordine impartito da Thornton.**
Bất cứ điều gì Thornton ra lệnh, Buck đều sẵn sàng thực hiện.
**Un giorno, dopo aver lasciato Dawson per le sorgenti del Tanana,**
Một ngày nọ, sau khi họ rời Dawson để đến thượng nguồn sông Tanana,
**il gruppo era seduto su una rupe che scendeva per un metro fino a raggiungere la nuda roccia.**
nhóm ngồi trên một vách đá cao ba feet so với nền đá trơ trụi.

**John Thornton si sedette vicino al bordo e Buck si riposò accanto a lui.**
John Thornton ngồi gần mép, và Buck nghỉ ngơi bên cạnh anh ta.
**Thornton ebbe un'idea improvvisa e richiamò l'attenzione degli uomini.**
Thornton đột nhiên nảy ra một ý tưởng và kêu gọi sự chú ý của những người đàn ông.
**Indicò l'altro lato del baratro e diede a Buck un unico comando.**
Anh ta chỉ tay về phía bên kia vực thẳm và ra lệnh cho Buck.
**"Salta, Buck!" disse, allungando il braccio oltre il precipizio.**
"Nhảy đi, Buck!" anh ta nói, vung tay ra khỏi chỗ thả người.
**Un attimo dopo dovette afferrare Buck, che stava saltando per obbedire.**
Ngay lập tức, anh phải tóm lấy Buck, con vật đang nhảy dựng lên để tuân lệnh.
**Hans e Pete si precipitarono in avanti e tirarono entrambi indietro per metterli in salvo.**
Hans và Pete lao về phía trước và kéo cả hai trở về nơi an toàn.
**Dopo che tutto fu finito e che ebbero ripreso fiato, Pete prese la parola.**
Sau khi mọi chuyện kết thúc và họ đã lấy lại hơi thở, Pete lên tiếng.
**«È un amore straordinario», disse, scosso dalla feroce devozione del cane.**
"Tình yêu thật kỳ lạ," anh nói, cảm động trước lòng trung thành mãnh liệt của chú chó.
**Thornton scosse la testa e rispose con calma e serietà.**
Thornton lắc đầu và trả lời một cách nghiêm túc và bình tĩnh.
**«No, l'amore è splendido», disse, «ma anche terribile».**
"Không, tình yêu thì tuyệt vời," anh nói, "nhưng cũng thật khủng khiếp."
**"A volte, devo ammetterlo, questo tipo di amore mi fa paura."**

"Đôi khi, tôi phải thừa nhận rằng, loại tình yêu này khiến tôi sợ hãi."

**Pete annuì e disse: "Mi dispiacerebbe tanto essere l'uomo che ti tocca".**

Pete gật đầu và nói, "Tôi ghét phải là người chạm vào cô."

**Mentre parlava, guardava Buck con aria seria e piena di rispetto.**

Anh ta nhìn Buck khi nói, nghiêm túc và đầy sự tôn trọng.

**"Py Jingo!" esclamò Hans in fretta. "Neanch'io, no signore."**

"Py Jingo!" Hans nói nhanh. "Tôi cũng vậy, không thưa ngài."

**Prima che finisse l'anno, i timori di Pete si avverarono a Circle City.**

Trước khi năm kết thúc, nỗi sợ của Pete đã trở thành sự thật tại Circle City.

**Un uomo crudele di nome Black Burton attaccò una rissa nel bar.**

Một người đàn ông tàn ác tên là Black Burton đã gây gổ trong quán bar.

**Era arrabbiato e cattivo, e si scagliava contro un novellino.**

Ông ta tức giận và độc ác, đánh đập một người mới vào nghề.

**John Thornton intervenne, calmo e bonario come sempre.**

John Thornton bước vào, vẫn bình tĩnh và tốt bụng như mọi khi.

**Buck giaceva in un angolo, con la testa bassa, e osservava Thornton attentamente.**

Buck nằm ở góc, đầu cúi xuống, quan sát Thornton một cách chăm chú.

**Burton colpì all'improvviso e il suo pugno fece girare Thornton.**

Burton bất ngờ ra đòn, cú đấm khiến Thornton quay ngoắt lại.

**Solo la ringhiera della sbarra gli impedì di cadere violentemente a terra.**

Chỉ có thanh chắn của quán bar mới giữ được anh ta khỏi ngã mạnh xuống đất.

**Gli osservatori hanno sentito un suono che non era un abbaio o un guaito**

Những người theo dõi nghe thấy một âm thanh không phải là tiếng sủa hay tiếng kêu

**Buck emise un profondo ruggito mentre si lanciava verso l'uomo.**

một tiếng gầm lớn phát ra từ Buck khi nó lao về phía người đàn ông.

**Burton alzò il braccio e per poco non si salvò la vita.**

Burton giơ tay lên và may mắn thoát chết.

**Buck si schiantò contro di lui, facendolo cadere a terra.**

Buck đâm sầm vào anh ta, khiến anh ta ngã xuống sàn.

**Buck gli diede un morso profondo al braccio, poi si lanciò alla gola.**

Buck cắn sâu vào cánh tay của người đàn ông rồi lao vào cổ họng anh ta.

**Burton riuscì a parare solo in parte e il suo collo fu squarciato.**

Burton chỉ có thể chặn được một phần và cổ của ông bị rách toạc.

**Gli uomini si precipitarono dentro, brandendo i manganelli e allontanarono Buck dall'uomo sanguinante.**

Mọi người xông vào, giơ dùi cui lên và đuổi Buck ra khỏi người đàn ông đang chảy máu.

**Un chirurgo ha lavorato rapidamente per impedire che il sangue fuoriuscisse.**

Bác sĩ phẫu thuật đã nhanh chóng phẫu thuật để cầm máu.

**Buck camminava avanti e indietro ringhiando, tentando di attaccare ancora e ancora.**

Buck vừa đi vừa gầm gừ, cố gắng tấn công liên tục.

**Soltanto i bastoni oscillanti gli impedirono di raggiungere Burton.**

Chỉ có những cú vung gậy mới ngăn cản được anh ta đến được Burton.

**Proprio lì, sul posto, venne convocata una riunione dei minatori.**

Một cuộc họp của thợ mỏ đã được triệu tập và tổ chức ngay tại chỗ.

**Concordarono sul fatto che Buck era stato provocato e votarono per liberarlo.**
Họ đồng ý rằng Buck đã bị khiêu khích và bỏ phiếu trả tự do cho anh ta.
**Ma il nome feroce di Buck risuonava ormai in ogni accampamento dell'Alaska.**
Nhưng cái tên dữ dội của Buck giờ đây vang vọng ở mọi trại lính ở Alaska.
**Più tardi, quello stesso autunno, Buck salvò Thornton di nuovo in un modo nuovo.**
Vào mùa thu năm đó, Buck lại cứu Thornton theo một cách mới.
**I tre uomini stavano guidando una lunga barca lungo delle rapide impetuose.**
Ba người đàn ông đang điều khiển một chiếc thuyền dài lướt qua ghềnh thác dữ dội.
**Thornton manovrava la barca, gridando indicazioni per raggiungere la riva.**
Thornton điều khiển thuyền và chỉ đường vào bờ.
**Hans e Pete correvano sulla terraferma, tenendo una corda da un albero all'altro.**
Hans và Pete chạy trên bờ, giữ một sợi dây thừng từ cây này sang cây khác.
**Buck procedeva a passo d'uomo sulla riva, tenendo sempre d'occhio il suo padrone.**
Buck đi theo dọc bờ sông, luôn dõi mắt theo chủ nhân của mình.
**In un punto pericoloso, delle rocce sporgevano dall'acqua veloce.**
Ở một nơi nguy hiểm, có những tảng đá nhô ra dưới dòng nước chảy xiết.
**Hans lasciò andare la cima e Thornton tirò la barca verso la larghezza.**
Hans thả sợi dây thừng và Thornton lái thuyền ra xa.
**Hans corse a percorrerla di nuovo, superando le pericolose rocce.**

Hans chạy nước rút để đuổi kịp chiếc thuyền vượt qua những tảng đá nguy hiểm.

**La barca superò la sporgenza ma trovò una corrente più forte.**

Chiếc thuyền đã vượt qua được gờ đá nhưng lại đâm vào phần dòng nước mạnh hơn.

**Hans afferrò la cima troppo velocemente e fece perdere l'equilibrio alla barca.**

Hans nắm sợi dây quá nhanh và kéo thuyền mất thăng bằng.

**La barca si capovolse e sbatté contro la riva, con la parte inferiore rivolta verso l'alto.**

Chiếc thuyền lật úp và đập vào bờ, phần đáy hướng lên trên.

**Thornton venne scaraventato fuori e trascinato nella parte più selvaggia dell'acqua.**

Thornton bị ném ra ngoài và bị cuốn vào vùng nước dữ dội nhất.

**Nessun nuotatore sarebbe sopravvissuto in quelle acque pericolose e pericolose.**

Không một người bơi nào có thể sống sót trong vùng nước chảy xiết chết chóc đó.

**Buck si lanciò all'istante e inseguì il suo padrone lungo il fiume.**

Buck ngay lập tức nhảy xuống và đuổi theo chủ mình xuống sông.

**Dopo trecento metri finalmente raggiunse Thornton.**

Sau ba trăm thước, cuối cùng anh cũng tới được Thornton.

**Thornton afferrò la coda di Buck, e Buck si diresse verso la riva.**

Thornton nắm lấy đuôi Buck và Buck quay về phía bờ.

**Nuotò con tutte le sue forze, lottando contro la forte resistenza dell'acqua.**

Anh ta bơi hết sức mình, chống lại sức cản dữ dội của dòng nước.

**Si spostarono verso valle più velocemente di quanto riuscissero a raggiungere la riva.**

Họ di chuyển xuôi dòng nhanh hơn tốc độ họ có thể tới bờ.

**Più avanti, il fiume ruggiva più forte, precipitando in rapide mortali.**
Phía trước, dòng sông gào thét dữ dội hơn khi rơi vào ghềnh thác chết người.
**Le rocce fendevano l'acqua come i denti di un enorme pettine.**
Những tảng đá cắt ngang mặt nước như răng của một chiếc lược khổng lồ.
**La forza di attrazione dell'acqua nei pressi del dislivello era selvaggia e ineluttabile.**
Sức hút của nước gần giọt nước rất dữ dội và không thể tránh khỏi.
**Thornton sapeva che non sarebbero mai riusciti a raggiungere la riva in tempo.**
Thornton biết rằng họ không bao giờ có thể đến bờ kịp lúc.
**Raschiò una roccia, ne sbatté una seconda,**
Anh ta đã vượt qua một tảng đá, đập vỡ tảng đá thứ hai,
**Poi si schiantò contro una terza roccia, afferrandola con entrambe le mani.**
Và rồi anh ta đâm vào tảng đá thứ ba, dùng cả hai tay để tóm lấy nó.
**Lasciò andare Buck e urlò sopra il ruggito: "Vai, Buck! Vai!"**
Anh ta thả Buck ra và hét lớn át tiếng gầm rú, "Đi đi, Buck! Đi đi!"
**Buck non riuscì a restare a galla e fu trascinato dalla corrente.**
Buck không thể giữ được thăng bằng và bị dòng nước cuốn trôi.
**Lottò con tutte le sue forze, cercando di girarsi, ma non fece alcun progresso.**
Anh ta chiến đấu dữ dội, cố gắng quay lại nhưng không tiến triển được chút nào.
**Poi sentì Thornton ripetere il comando sopra il fragore del fiume.**
Sau đó, anh nghe Thornton lặp lại mệnh lệnh giữa tiếng gầm của dòng sông.

**Buck si impennò fuori dall'acqua e sollevò la testa come per dare un'ultima occhiata.**
Buck nhô mình ra khỏi mặt nước, ngẩng đầu lên như thể muốn nhìn lại lần cuối.
**poi si voltò e obbedì, nuotando verso la riva con risolutezza.**
sau đó quay lại và tuân theo, kiên quyết bơi về phía bờ.
**Pete e Hans lo tirarono a riva all'ultimo momento possibile.**
Pete và Hans đã kéo anh ta vào bờ vào đúng thời điểm cuối cùng.
**Sapevano che Thornton avrebbe potuto aggrapparsi alla roccia solo per pochi minuti.**
Họ biết Thornton chỉ có thể bám vào tảng đá thêm vài phút nữa thôi.
**Corsero su per la riva fino a un punto molto più in alto rispetto al punto in cui lui era appeso.**
Họ chạy lên bờ đến một địa điểm cao hơn nhiều so với nơi anh ta đang treo cổ.
**Legarono con cura la cima della barca al collo e alle spalle di Buck.**
Họ cẩn thận buộc dây thuyền vào cổ và vai Buck.
**La corda era stretta ma abbastanza larga da permettere di respirare e muoversi.**
Sợi dây vừa khít nhưng đủ lỏng để thở và di chuyển.
**Poi lo gettarono di nuovo nel fiume impetuoso e mortale.**
Sau đó, họ lại ném anh ta xuống dòng sông chết chóc đang chảy xiết.
**Buck nuotò coraggiosamente ma non riuscì a prendere l'angolazione giusta per affrontare la forza della corrente.**
Buck bơi một cách táo bạo nhưng lại không bơi vào đúng hướng dòng nước chảy xiết.
**Si accorse troppo tardi che stava per superare Thornton.**
Anh ta nhận ra quá muộn rằng mình sắp trôi qua Thornton.
**Hans tirò forte la corda, come se Buck fosse una barca che si capovolge.**
Hans giật chặt sợi dây, như thể Buck là một chiếc thuyền sắp lật úp.

**La corrente lo trascinò sott'acqua e lui scomparve sotto la superficie.**
Dòng nước kéo anh ta xuống và anh ta biến mất dưới mặt nước.
**Il suo corpo colpì la riva prima che Hans e Pete lo tirassero fuori.**
Cơ thể anh đập vào bờ trước khi Hans và Pete kéo anh ra.
**Era mezzo annegato e gli tolsero l'acqua dal corpo.**
Ông ấy đã chết đuối một nửa và họ đã đập cho nước tràn ra khỏi người ông ấy.
**Buck si alzò, barcollò e crollò di nuovo a terra.**
Buck đứng dậy, loạng choạng rồi lại ngã xuống đất.
**Poi udirono la voce di Thornton portata debolmente dal vento.**
Sau đó họ nghe thấy giọng nói của Thornton vọng theo gió.
**Sebbene le parole non fossero chiare, sapevano che era vicino alla morte.**
Mặc dù lời nói không rõ ràng, nhưng họ biết rằng ông sắp chết.
**Il suono della voce di Thornton colpì Buck come una scossa elettrica.**
Giọng nói của Thornton như một luồng điện giật khiến Buck giật mình.
**Saltò in piedi e corse su per la riva, tornando al punto di partenza.**
Anh ta nhảy lên và chạy lên bờ, quay trở lại điểm xuất phát.
**Legarono di nuovo la corda a Buck, e di nuovo lui entrò nel fiume.**
Họ lại buộc sợi dây vào Buck và một lần nữa Buck lại bước vào dòng suối.
**Questa volta nuotò direttamente e con decisione nell'acqua impetuosa.**
Lần này, anh ta bơi thẳng và mạnh mẽ vào dòng nước đang chảy xiết.
**Hans lasciò scorrere la corda con regolarità, mentre Pete impediva che si aggrovigliasse.**

Hans thả sợi dây ra đều đặn trong khi Pete giữ cho nó không bị rối.

**Buck nuotò con forza finché non si trovò allineato appena sopra Thornton.**

Buck bơi thật nhanh cho đến khi tới ngay phía trên Thornton.

**Poi si voltò e si lanciò verso di lui come un treno a tutta velocità.**

Sau đó, anh ta quay lại và lao đi như một chuyến tàu đang chạy hết tốc lực.

**Thornton lo vide arrivare, si preparò e gli abbracciò il collo.**

Thornton thấy anh ta tiến đến, chuẩn bị tinh thần và vòng tay ôm chặt cổ anh ta.

**Hans legò saldamente la corda attorno a un albero mentre entrambi venivano tirati sott'acqua.**

Hans buộc chặt sợi dây thừng quanh một cái cây khi cả hai bị kéo xuống dưới.

**Caddero sott'acqua, schiantandosi contro rocce e detriti del fiume.**

Họ lộn nhào xuống nước, đập vào đá và rác thải trên sông.

**Un attimo prima Buck era in cima e un attimo dopo Thornton si alzava ansimando.**

Một lúc Buck còn ở trên, ngay sau đó Thornton lại vùng dậy thở hổn hển.

**Malconci e soffocati, si diressero verso la riva e si misero in salvo.**

Bị đánh đập và ngạt thở, họ rẽ vào bờ và tìm nơi an toàn.

**Thornton riprese conoscenza mentre era sdraiato su un tronco alla deriva.**

Thornton tỉnh lại và nằm trên một khúc gỗ trôi dạt.

**Hans e Pete lavorarono duramente per riportarlo a respirare e a vivere.**

Hans và Pete đã phải làm việc rất vất vả để giúp anh ấy lấy lại hơi thở và sự sống.

**Il suo primo pensiero fu per Buck, che giaceva immobile e inerte.**

Ý nghĩ đầu tiên của anh là về Buck, lúc này đang nằm bất động và mềm nhũn.

**Nig ululò sul corpo di Buck e Skeet gli leccò delicatamente il viso.**
Nig hú lên bên trên xác Buck, còn Skeet thì liếm nhẹ mặt anh.
**Thornton, dolorante e contuso, esaminò Buck con mano attenta.**
Thornton, đau nhức và bầm tím, kiểm tra Buck bằng đôi tay cẩn thận.
**Ha trovato tre costole rotte, ma il cane non presentava ferite mortali.**
Ông phát hiện con chó bị gãy ba xương sườn nhưng không có vết thương chí mạng nào.
**"Questo è tutto", disse Thornton. "Ci accamperemo qui". E così fecero.**
"Thế là xong," Thornton nói. "Chúng tôi cắm trại ở đây." Và họ đã làm vậy.
**Rimasero lì finché le costole di Buck non guarirono e lui poté di nuovo camminare.**
Họ ở lại cho đến khi xương sườn của Buck lành lại và nó có thể đi lại được.

**Quell'inverno Buck compì un'impresa che accrebbe ulteriormente la sua fama.**
Mùa đông năm đó, Buck đã thực hiện một chiến công khiến danh tiếng của anh càng thêm nổi tiếng.
**Fu un gesto meno eroico del salvataggio di Thornton, ma altrettanto impressionante.**
Hành động này không anh hùng bằng việc cứu Thornton, nhưng cũng ấn tượng không kém.
**A Dawson, i soci avevano bisogno di provviste per un viaggio lontano.**
Tại Dawson, các đối tác cần nhu yếu phẩm cho một cuộc hành trình xa.
**Volevano viaggiare verso est, in terre selvagge e incontaminate.**
Họ muốn đi về phía Đông, đến những vùng đất hoang sơ chưa ai đặt chân đến.

**Quel viaggio fu possibile grazie all'impresa compiuta da Buck nell'Eldorado Saloon.**
Hành động của Buck tại quán rượu Eldorado đã giúp chuyến đi đó trở thành hiện thực.

**Tutto cominciò con degli uomini che si vantavano dei loro cani bevendo qualcosa.**
Mọi chuyện bắt đầu khi những người đàn ông khoe khoang về chú chó của mình trong lúc uống rượu.

**La fama di Buck lo rese bersaglio di sfide e dubbi.**
Sự nổi tiếng của Buck khiến ông trở thành mục tiêu của những lời thách thức và nghi ngờ.

**Thornton, fiero e calmo, rimase fermo nel difendere il nome di Buck.**
Thornton, tự hào và bình tĩnh, kiên quyết bảo vệ tên tuổi của Buck.

**Un uomo ha affermato che il suo cane riusciva a trainare facilmente duecentocinquanta chili.**
Một người đàn ông cho biết con chó của ông có thể dễ dàng kéo vật nặng năm trăm pound.

**Un altro disse seicento, e un terzo si vantò di settecento.**
Một người khác nói sáu trăm, người thứ ba khoe khoang bảy trăm.

**"Pfft!" disse John Thornton, "Buck può trainare una slitta da mille libbre."**
"Phì!" John Thornton nói, "Buck có thể kéo chiếc xe trượt tuyết nặng một nghìn pound."

**Matthewson, un Bonanza King, si sporse in avanti e lo sfidò.**
Matthewson, một vị vua Bonanza, nghiêng người về phía trước và thách thức anh ta.

**"Pensi che possa spostare tutto quel peso?"**
"Anh nghĩ anh ta có thể di chuyển được nhiều trọng lượng như vậy không?"

**"E pensi che riesca a sollevare il peso per cento metri?"**
"Và anh nghĩ anh ta có thể kéo được vật đó đi được một trăm thước sao?"

**Thornton rispose freddamente: "Sì. Buck è abbastanza cane da farlo."**

Thornton trả lời một cách lạnh lùng, "Đúng vậy. Buck đủ bản lĩnh để làm điều đó."

**"Metterà in moto mille libbre e la tirerà per cento metri."**

"Anh ta sẽ dùng một ngàn pound để di chuyển và kéo nó đi một trăm yard."

**Matthewson sorrise lentamente e si assicurò che tutti gli uomini udissero le sue parole.**

Matthewson mỉm cười chậm rãi và đảm bảo mọi người đều nghe rõ lời mình nói.

**"Ho mille dollari che dicono che non può. Eccoli."**

"Tôi có một ngàn đô la nói rằng anh ta không thể. Đấy."

**Sbatté sul bancone un sacco di polvere d'oro grande quanto una salsiccia.**

Anh ta ném một túi bụi vàng to bằng xúc xích lên quầy bar.

**Nessuno disse una parola. Il silenzio si fece pesante e teso intorno a loro.**

Không ai nói một lời. Sự im lặng trở nên nặng nề và căng thẳng xung quanh họ.

**Il bluff di Thornton, se mai lo fu, era stato preso sul serio.**

Lời đe dọa của Thornton - nếu có - đã được coi trọng.

**Sentì il calore salirgli al viso mentre il sangue gli affluiva alle guance.**

Anh cảm thấy mặt mình nóng bừng và máu dồn lên má.

**In quel momento la sua lingua aveva preceduto la ragione.**

Vào khoảnh khắc đó, lưỡi của anh đã đi trước lý trí.

**Non sapeva davvero se Buck sarebbe riuscito a spostare mille libbre.**

Anh thực sự không biết liệu Buck có thể di chuyển được một nghìn pound hay không.

**Mezza tonnellata! Solo la sua mole gli faceva sentire il cuore pesante.**

Nửa tấn! Chỉ riêng kích thước của nó thôi cũng khiến lòng anh nặng trĩu.

**Aveva fiducia nella forza di Buck e lo riteneva capace.**

Ông tin tưởng vào sức mạnh của Buck và nghĩ rằng anh ta có khả năng.

**Ma non aveva mai affrontato una sfida di questo tipo, non in questo modo.**
Nhưng anh chưa bao giờ phải đối mặt với thử thách như thế này, không giống thế này.
**Una dozzina di uomini lo osservavano in silenzio, in attesa di vedere cosa avrebbe fatto.**
Khoảng chục người đàn ông lặng lẽ quan sát anh ta, chờ xem anh ta sẽ làm gì.
**Lui non aveva i soldi, e nemmeno Hans e Pete.**
Anh ấy không có tiền, Hans và Pete cũng vậy.
**"Ho una slitta fuori", disse Matthewson in modo freddo e diretto.**
"Tôi có một chiếc xe trượt tuyết ở bên ngoài," Matthewson lạnh lùng và thẳng thắn nói.
**"È carico di venti sacchi, da cinquanta libbre ciascuno, tutti di farina.**
"Nó chứa hai mươi bao, mỗi bao nặng năm mươi pound, toàn là bột mì.
**Quindi non lasciare che la scomparsa della slitta diventi la tua scusa", ha aggiunto.**
Vì vậy, đừng để việc mất xe trượt tuyết trở thành cái cớ của bạn lúc này," ông nói thêm.
**Thornton rimase in silenzio. Non sapeva che parole dire.**
Thornton đứng im lặng. Anh không biết phải nói gì.
**Guardò i volti intorno a sé senza vederli chiaramente.**
Anh nhìn quanh những khuôn mặt nhưng không nhìn rõ họ.
**Sembrava un uomo immerso nei suoi pensieri, che cercava di ripartire.**
Anh ấy trông như một người đang chìm đắm trong suy nghĩ, cố gắng khởi động lại.
**Poi incontrò Jim O'Brien, un amico dei tempi dei Mastodon.**
Sau đó anh gặp Jim O'Brien, một người bạn từ thời Mastodon.
**Quel volto familiare gli diede un coraggio che non sapeva di avere.**
Gương mặt quen thuộc đó đã mang lại cho anh sự can đảm mà anh không biết mình có.
**Si voltò e chiese a bassa voce: "Puoi prestarmi mille dollari?"**

Anh ta quay lại và hỏi nhỏ: "Anh có thể cho tôi vay một nghìn không?"
"Certo", disse O'Brien, lasciando cadere un pesante sacco vicino all'oro.
"Được thôi," O'Brien nói, thả một bao tải nặng xuống cạnh vàng.
"Ma sinceramente, John, non credo che la bestia possa fare questo."
"Nhưng thực sự mà nói, John, tôi không tin con quái vật đó có thể làm được điều này."
Tutti quelli presenti all'Eldorado Saloon si precipitarono fuori per assistere all'evento.
Mọi người ở quán Eldorado Saloon đều chạy ra ngoài để xem sự việc.
Lasciarono tavoli e bevande e perfino le partite furono sospese.
Họ để lại bàn ghế và đồ uống, thậm chí cả trò chơi cũng phải tạm dừng.
Croupier e giocatori accorsero per assistere alla conclusione di questa audace scommessa.
Những người chia bài và con bạc đến để chứng kiến kết thúc của vụ cá cược táo bạo này.
Centinaia di persone si radunarono attorno alla slitta sulla strada ghiacciata.
Hàng trăm người tụ tập quanh chiếc xe trượt tuyết trên con phố đóng băng.
La slitta di Matthewson era carica di un carico completo di sacchi di farina.
Chiếc xe trượt tuyết của Matthewson chất đầy những bao bột mì.
La slitta era rimasta ferma per ore a temperature sotto lo zero.
Chiếc xe trượt tuyết đã nằm đó nhiều giờ ở nhiệt độ âm.
I pattini della slitta erano congelati e incollati alla neve compatta.
Các thanh trượt của xe trượt tuyết bị đóng chặt vào lớp tuyết dày.

**Gli uomini scommettevano due a uno che Buck non sarebbe riuscito a spostare la slitta.**
Mọi người đưa ra tỷ lệ cược hai ăn một là Buck không thể di chuyển được chiếc xe trượt tuyết.
**Scoppiò una disputa su cosa significasse realmente "break out".**
Một cuộc tranh cãi nổ ra về ý nghĩa thực sự của từ "bùng nổ".
**O'Brien ha affermato che Thornton dovrebbe allentare la base ghiacciata della slitta.**
O'Brien nói Thornton nên nới lỏng phần đế đóng băng của xe trượt tuyết.
**Buck potrebbe quindi "rompere" una partenza solida e immobile.**
Sau đó, Buck có thể "bứt phá" từ một khởi đầu vững chắc, bất động.
**Matthewson sosteneva che anche il cane doveva liberare i corridoi.**
Matthewson cho rằng con chó cũng phải giải thoát cho những người chạy trốn.
**Gli uomini che avevano sentito la scommessa concordavano con Matthewson.**
Những người đàn ông nghe cuộc cá cược đều đồng ý với quan điểm của Matthewson.
**Con questa sentenza, le probabilità contro Buck salirono a tre a uno.**
Với phán quyết đó, tỷ lệ cược cho chiến thắng của Buck tăng lên ba ăn một.
**Nessuno si fece avanti per accettare le crescenti quote di tre a uno.**
Không ai tiến lên để chấp nhận tỷ lệ cược ba ăn một ngày càng tăng.
**Nessuno credeva che Buck potesse compiere la grande impresa.**
Không một ai tin rằng Buck có thể thực hiện được chiến công vĩ đại đó.
**Thornton era stato spinto a scommettere, pieno di dubbi.**

Thornton đã vội vã tham gia vụ cá cược này với lòng đầy nghi ngờ.
**Ora guardava la slitta e la muta di dieci cani accanto ad essa.**
Bây giờ anh nhìn vào chiếc xe trượt tuyết và đội mười con chó bên cạnh.
**Vedere la realtà del compito lo faceva sembrare ancora più impossibile.**
Nhìn thấy thực tế của nhiệm vụ khiến nó có vẻ bất khả thi hơn.
**In quel momento Matthewson era pieno di orgoglio e sicurezza.**
Matthewson tràn đầy tự hào và tự tin vào khoảnh khắc đó.
**"Tre a uno!" urlò. "Ne scommetto altri mille, Thornton!**
"Ba ăn một!" anh ta hét lên. "Tôi cược thêm một ngàn nữa, Thornton!"
**"Cosa dici?" aggiunse, abbastanza forte da farsi sentire da tutti.**
"Anh nói sao?" anh ấy nói thêm, đủ lớn để mọi người đều nghe thấy.
**Il volto di Thornton esprimeva i suoi dubbi, ma il suo spirito era sollevato.**
Gương mặt Thornton lộ rõ vẻ nghi ngờ, nhưng tinh thần của ông đã phấn chấn trở lại.
**Quello spirito combattivo ignorava le avversità e non temeva nulla.**
Tinh thần chiến đấu đó không màng đến nghịch cảnh và không hề sợ hãi điều gì cả.
**Chiamò Hans e Pete perché portassero tutti i loro soldi al tavolo.**
Anh ta gọi Hans và Pete mang toàn bộ tiền mặt đến bàn.
**Non gli era rimasto molto altro: solo duecento dollari in tutto.**
Họ chỉ còn lại rất ít tiền, tổng cộng chỉ có hai trăm đô la.
**Questa piccola somma costituiva la loro intera fortuna nei momenti difficili.**
Số tiền nhỏ này là toàn bộ tài sản của họ trong thời kỳ khó khăn.

**Ciononostante puntarono tutta la loro fortuna contro la scommessa di Matthewson.**
Tuy nhiên, họ vẫn đặt cược toàn bộ số tiền vào vụ cá cược của Matthewson.

**La muta composta da dieci cani venne sganciata e allontanata dalla slitta.**
Đội mười con chó được tháo dây buộc và di chuyển ra xa xe trượt tuyết.

**Buck venne messo alle redini, indossando la sua consueta imbracatura.**
Buck được đặt vào dây cương, mặc bộ đồ quen thuộc.

**Aveva colto l'energia della folla e ne aveva percepito la tensione.**
Anh đã cảm nhận được năng lượng của đám đông và sự căng thẳng.

**In qualche modo sapeva che doveva fare qualcosa per John Thornton.**
Bằng cách nào đó, anh biết mình phải làm điều gì đó cho John Thornton.

**La gente mormorava ammirata di fronte alla figura fiera del cane.**
Mọi người thì thầm ngưỡng mộ dáng vẻ kiêu hãnh của chú chó.

**Era magro e forte, senza un solo grammo di carne in più.**
Ông ấy gầy và khỏe, không hề có một chút thịt thừa nào.

**Il suo peso di centocinquanta chili era sinonimo di potenza e resistenza.**
Toàn bộ sức nặng một trăm năm mươi pound của anh chính là sức mạnh và sức bền.

**Il mantello di Buck brillava come la seta, denso di salute e forza.**
Bộ lông của Buck sáng bóng như lụa, dày dặn, khỏe mạnh và mạnh mẽ.

**La pelliccia sul collo e sulle spalle sembrava sollevarsi e drizzarsi.**
Bộ lông dọc theo cổ và vai của anh ta dường như dựng đứng và dựng ngược lên.

**La sua criniera si muoveva leggermente, ogni capello era animato dalla sua grande energia.**
Mái bờm của anh ta khẽ rung động, từng sợi tóc đều tràn đầy năng lượng mạnh mẽ.
**Il suo petto ampio e le sue gambe forti si sposavano bene con la sua corporatura pesante e robusta.**
Bộ ngực rộng và đôi chân khỏe mạnh của anh tương xứng với thân hình to lớn, rắn chắc của anh.
**I muscoli si tesero sotto il cappotto, tesi e sodi come ferro legato.**
Những cơ bắp nổi lên dưới lớp áo khoác, săn chắc và cứng cáp như sắt thép.
**Gli uomini lo toccavano e giuravano che era fatto come una macchina d'acciaio.**
Mọi người chạm vào anh và thề rằng anh được tạo ra giống như một cỗ máy bằng thép.
**Le probabilità contro il grande cane sono scese leggermente a due a uno.**
Tỷ lệ cược giảm nhẹ xuống còn hai ăn một trước chú chó lớn.
**Un uomo dei banchi di Skookum si fece avanti balbettando.**
Một người đàn ông từ Skookum Benches tiến về phía trước, lắp bắp.
**"Bene, signore! Offro ottocento per lui... prima della prova, signore!"**
"Tốt, thưa ngài! Tôi trả tám trăm cho anh ta—trước khi thử nghiệm, thưa ngài!"
**"Ottocento, così com'è adesso!" insistette l'uomo.**
"Tám trăm, như anh ta đang đứng bây giờ!" người đàn ông khăng khăng.
**Thornton fece un passo avanti, sorrise e scosse la testa con calma.**
Thornton bước tới, mỉm cười và lắc đầu bình tĩnh.
**Matthewson intervenne rapidamente con tono ammonitore e aggrottando la fronte.**
Matthewson nhanh chóng bước vào với giọng cảnh báo và cau mày.
**"Devi allontanarti da lui", disse. "Dagli spazio."**

"Anh phải tránh xa anh ấy ra," anh nói. "Cho anh ấy không gian."

**La folla tacque; solo i giocatori continuavano a offrire due a uno.**

Đám đông trở nên im lặng, chỉ còn những con bạc vẫn cược hai ăn một.

**Tutti ammiravano la corporatura di Buck, ma il carico sembrava troppo pesante.**

Mọi người đều ngưỡng mộ vóc dáng của Buck, nhưng tải trọng của nó trông có vẻ quá lớn.

**Venti sacchi di farina, ciascuno del peso di cinquanta libbre, sembravano decisamente troppi.**

Hai mươi bao bột mì, mỗi bao nặng năm mươi pound, có vẻ quá nhiều.

**Nessuno era disposto ad aprire la borsa e a rischiare i propri soldi.**

Không ai muốn mở túi và mạo hiểm tiền bạc của mình cả.

**Thornton si inginocchiò accanto a Buck e gli prese la testa tra entrambe le mani.**

Thornton quỳ xuống bên cạnh Buck và nắm đầu nó bằng cả hai tay.

**Premette la guancia contro quella di Buck e gli parlò all'orecchio.**

Anh áp má mình vào má Buck và nói vào tai cậu.

**Non c'erano più né scossoni giocosi né insulti affettuosi sussurrati.**

Bây giờ không còn sự bắt tay vui vẻ hay thì thầm những lời lăng mạ yêu thương nữa.

**Mormorò solo dolcemente: "Quanto mi ami, Buck."**

Anh chỉ thì thầm nhẹ nhàng: "Em yêu anh nhiều như anh yêu em vậy, Buck."

**Buck emise un gemito sommesso, trattenendo a stento la sua impazienza.**

Buck khẽ rên lên, sự háo hức của nó gần như không thể kiềm chế được.

**Gli astanti osservavano con curiosità la tensione che aleggiava nell'aria.**

Những người chứng kiến tò mò theo dõi bầu không khí căng thẳng bao trùm.

**Quel momento sembrava quasi irreale, qualcosa che trascendeva la ragione.**

Khoảnh khắc đó gần như không thực, giống như một điều gì đó vượt quá lý trí.

**Quando Thornton si alzò, Buck gli prese delicatamente la mano tra le fauci.**

Khi Thornton đứng dậy, Buck nhẹ nhàng nắm lấy tay anh.

**Premette con i denti, poi lasciò andare lentamente e delicatamente.**

Anh ta dùng răng ấn xuống rồi từ từ và nhẹ nhàng buông ra.

**Fu una risposta silenziosa d'amore, non detta, ma compresa.**

Đó là câu trả lời thầm lặng của tình yêu, không nói ra nhưng được hiểu.

**Thornton si allontanò di molto dal cane e diede il segnale.**

Thornton bước xa khỏi con chó và ra hiệu.

**"Ora, Buck", disse, e Buck rispose con calma concentrata.**

"Được rồi, Buck," anh nói, và Buck đáp lại bằng sự bình tĩnh tập trung.

**Buck tese le corde, poi le allentò di qualche centimetro.**

Buck siết chặt các dây xích, rồi nới lỏng chúng ra vài inch.

**Questo era il metodo che aveva imparato; il suo modo per rompere la slitta.**

Đây là phương pháp anh đã học được; cách anh dùng để phá hỏng chiếc xe trượt tuyết.

**"Caspita!" urlò Thornton, con voce acuta nel silenzio pesante.**

"Chết tiệt!" Thornton hét lên, giọng anh sắc nhọn trong sự im lặng nặng nề.

**Buck si girò verso destra e si lanciò con tutto il suo peso.**

Buck quay sang phải và lao tới với toàn bộ sức mạnh của mình.

**Il gioco svanì e tutta la massa di Buck colpì le timonerie strette.**

Sự chùng xuống biến mất và toàn bộ sức mạnh của Buck chạm vào dây kéo chặt chẽ.

**La slitta tremò e i pattini produssero un suono secco e scoppiettante.**

Chiếc xe trượt tuyết rung chuyển và những thanh trượt phát ra tiếng kêu lách tách giòn tan.

**"Haw!" ordinò Thornton, cambiando di nuovo direzione a Buck.**

"Haw!" Thornton ra lệnh, lại chuyển hướng của Buck.

**Buck ripeté la mossa, questa volta tirando bruscamente verso sinistra.**

Buck lặp lại động tác đó, lần này kéo mạnh về phía bên trái.

**La slitta scricchiolava più forte, i pattini schioccavano e si spostavano.**

Tiếng kêu răng rắc của chiếc xe trượt tuyết ngày một lớn hơn, các thanh trượt cũng kêu răng rắc và dịch chuyển.

**Il pesante carico scivolò leggermente di lato sulla neve ghiacciata.**

Vật nặng trượt nhẹ sang một bên trên lớp tuyết đóng băng.

**La slitta si era liberata dalla presa del sentiero ghiacciato!**

Chiếc xe trượt tuyết đã thoát khỏi sự kìm kẹp của con đường băng giá!

**Gli uomini trattennero il respiro, inconsapevoli di non stare nemmeno respirando.**

Mọi người nín thở, không hề biết rằng họ thậm chí không thở.

**"Ora, TIRA!" gridò Thornton nel silenzio glaciale.**

"Bây giờ, KÉO!" Thornton hét lớn trong sự im lặng lạnh giá.

**Il comando di Thornton risuonò netto, come lo schiocco di una frusta.**

Mệnh lệnh của Thornton vang lên sắc bén như tiếng roi quất.

**Buck si lanciò in avanti con un affondo violento e violento.**

Buck lao mình về phía trước với một cú lao mạnh mẽ và dữ dội.

**Tutto il suo corpo si irrigidì e si contrasse sotto l'enorme sforzo.**

Toàn bộ cơ thể anh căng cứng và co lại vì sức ép quá lớn.

**I muscoli si muovevano sotto la pelliccia come serpenti che prendevano vita.**

Những cơ bắp nổi lên dưới bộ lông của anh như những con rắn đang sống lại.
**Il suo grande petto era basso e la testa era protesa in avanti verso la slitta.**
Bộ ngực lớn của nó hạ thấp, đầu vươn về phía trước hướng về phía chiếc xe trượt tuyết.
**Le sue zampe si muovevano come fulmini e gli artigli fendevano il terreno ghiacciato.**
Bàn chân của nó di chuyển nhanh như chớp, móng vuốt cắt nát mặt đất đóng băng.
**I solchi erano profondi mentre lottava per ogni centimetro di trazione.**
Các rãnh được cắt sâu khi anh cố gắng giành từng inch lực kéo.
**La slitta ondeggiò, tremò e cominciò a muoversi lentamente e in modo inquieto.**
Chiếc xe trượt tuyết rung lắc, lắc lư và bắt đầu chuyển động chậm chạp, khó khăn.
**Un piede scivolò e un uomo tra la folla gemette ad alta voce.**
Một bàn chân trượt đi, và một người đàn ông trong đám đông rên lên thành tiếng.
**Poi la slitta si lanciò in avanti con un movimento brusco e a scatti.**
Sau đó, chiếc xe trượt tuyết lao về phía trước theo một chuyển động giật mạnh và thô bạo.
**Non si fermò più: mezzo pollice...un pollice...cinque pollici in più.**
Nó không dừng lại nữa—nửa inch...một inch...hai inch nữa.
**Gli scossoni si fecero più lievi man mano che la slitta cominciava ad acquistare velocità.**
Những cú giật trở nên nhỏ hơn khi chiếc xe trượt tuyết bắt đầu tăng tốc.
**Presto Buck cominciò a tirare con una potenza fluida e uniforme.**
Chẳng mấy chốc, Buck đã kéo được một lực lăn đều và êm ái.
**Gli uomini sussultarono e finalmente si ricordarono di respirare di nuovo.**

Mọi người thở hổn hển và cuối cùng cũng nhớ ra phải thở lại.
**Non si erano accorti che il loro respiro si era fermato per lo stupore.**
Họ không nhận ra hơi thở của mình đã ngừng lại vì kinh ngạc.
**Thornton gli corse dietro, gridando comandi brevi e allegri.**
Thornton chạy theo sau, ra lệnh ngắn gọn và vui vẻ.
**Davanti a noi c'era una catasta di legna da ardere che segnava la distanza.**
Phía trước là một đống củi đánh dấu khoảng cách.
**Mentre Buck si avvicinava al mucchio, gli applausi diventavano sempre più forti.**
Khi Buck tiến gần đến đống củi, tiếng reo hò ngày càng lớn hơn.
**Gli applausi crebbero fino a diventare un boato quando Buck superò il traguardo.**
Tiếng reo hò vang lên khi Buck vượt qua điểm đích.
**Gli uomini saltarono e gridarono, perfino Matthewson sorrise.**
Mọi người nhảy cẫng lên và la hét, ngay cả Matthewson cũng cười toe toét.
**I cappelli volavano in aria e i guanti venivano lanciati senza pensarci o mirare.**
Những chiếc mũ bay lên không trung, găng tay được ném đi mà không suy nghĩ hay nhắm mục tiêu.
**Gli uomini si afferrarono e si strinsero la mano senza sapere chi.**
Những người đàn ông nắm lấy tay nhau và bắt tay mà không biết là ai.
**Tutta la folla era in delirio, in un tripudio di gioia e di entusiasmo.**
Toàn thể đám đông xôn xao trong niềm vui hân hoan, phấn khích.
**Thornton cadde in ginocchio accanto a Buck con le mani tremanti.**
Thornton quỳ xuống bên cạnh Buck với đôi tay run rẩy.
**Premette la testa contro quella di Buck e lo scosse delicatamente avanti e indietro.**

Anh áp đầu mình vào đầu Buck và lắc nhẹ nó qua lại.

**Chi si avvicinava lo sentiva maledire il cane con amore silenzioso.**

Những người đến gần đều nghe thấy anh ta chửi con chó một cách lặng lẽ.

**Imprecò a lungo contro Buck, con dolcezza, calore, emozione.**

Anh ta chửi Buck rất lâu - nhẹ nhàng, nồng nhiệt, đầy cảm xúc.

**"Bene, signore! Bene, signore!" esclamò di corsa il re della panchina di Skookum.**

"Tốt lắm, thưa ngài! Tốt lắm, thưa ngài!" Vua Skookum Bench vội vã kêu lên.

**"Le darò mille, anzi milleduecento, per quel cane, signore!"**

"Tôi sẽ trả cho ông một nghìn, không, một nghìn hai trăm, cho con chó đó, thưa ông!"

**Thornton si alzò lentamente in piedi, con gli occhi brillanti di emozione.**

Thornton từ từ đứng dậy, đôi mắt sáng lên đầy cảm xúc.

**Le lacrime gli rigavano le guance senza alcuna vergogna.**

Nước mắt tuôn rơi trên má anh mà không hề xấu hổ.

**"Signore", disse al re della panchina di Skookum, con fermezza e fermezza**

"Thưa ngài," anh ta nói với vua Skookum Bench, giọng đều đều và kiên định

**"No, signore. Può andare all'inferno, signore. Questa è la mia risposta definitiva."**

"Không, thưa ngài. Ngài có thể xuống địa ngục, thưa ngài. Đó là câu trả lời cuối cùng của tôi."

**Buck afferrò delicatamente la mano di Thornton tra le sue forti mascelle.**

Buck nhẹ nhàng nắm lấy tay Thornton bằng bộ hàm khỏe mạnh của mình.

**Thornton lo scosse scherzosamente; il loro legame era più profondo che mai.**

Thornton lắc anh một cách vui vẻ, mối quan hệ của họ vẫn sâu sắc như ngày nào.

**La folla, commossa dal momento, fece un passo indietro in silenzio.**
Đám đông, xúc động trước khoảnh khắc đó, đã lùi lại trong im lặng.
**Da quel momento in poi nessuno osò più interrompere un affetto così sacro.**
Từ đó trở đi, không ai dám làm gián đoạn tình cảm thiêng liêng đó nữa.

## Il suono della chiamata
### Tiếng gọi

**Buck aveva guadagnato milleseicento dollari in cinque minuti.**
Buck đã kiếm được một nghìn sáu trăm đô la trong năm phút.
**Il denaro permise a John Thornton di saldare alcuni dei suoi debiti.**
Số tiền này giúp John Thornton trả bớt một số khoản nợ.
**Con il resto del denaro si diresse verso est insieme ai suoi soci.**
Với số tiền còn lại, ông cùng các cộng sự của mình đi về phía Đông.
**Cercarono una leggendaria miniera perduta, antica quanto il paese stesso.**
Họ tìm kiếm một mỏ vàng bị mất tích trong truyền thuyết, có niên đại lâu đời như chính đất nước này.
**Molti uomini avevano cercato la miniera, ma pochi l'avevano trovata.**
Nhiều người đã đi tìm mỏ, nhưng rất ít người tìm thấy nó.
**Molti uomini erano scomparsi durante la pericolosa ricerca.**
Không ít người đã biến mất trong cuộc hành trình nguy hiểm này.
**Questa miniera perduta era avvolta nel mistero e nella vecchia tragedia.**
Mỏ than bị mất này ẩn chứa cả sự bí ẩn và bi kịch cũ.
**Nessuno sapeva chi fosse stato il primo uomo a scoprire la miniera.**
Không ai biết người đầu tiên tìm ra mỏ là ai.
**Le storie più antiche non menzionano nessuno per nome.**
Những câu chuyện cổ nhất không nhắc đến tên bất kỳ ai.
**Lì c'era sempre stata una vecchia capanna fatiscente.**
Ở đó luôn có một túp lều cũ kỹ, ọp ẹp.
**I moribondi avevano giurato che vicino a quella vecchia capanna ci fosse una miniera.**
Những người đàn ông hấp hối đã thề rằng có một mỏ bên cạnh ngôi nhà gỗ cũ đó.

**Hanno dimostrato le loro storie con un oro che non ha eguali altrove.**
Họ đã chứng minh câu chuyện của mình bằng vàng mà không nơi nào có được.

**Nessuna anima viva aveva mai saccheggiato il tesoro da quel luogo.**
Chưa có một sinh vật sống nào có thể cướp được kho báu ở nơi đó.

**I morti erano morti e i morti non raccontano storie.**
Người chết đã chết, và người chết thì không kể lại chuyện gì.

**Così Thornton e i suoi amici si diressero verso Est.**
Vì vậy Thornton và bạn bè của ông đã tiến về phía Đông.

**Si unirono a noi Pete e Hans, portando con sé Buck e sei cani robusti.**
Pete và Hans cũng tham gia, mang theo Buck và sáu chú chó khỏe mạnh.

**Si avviarono lungo un sentiero sconosciuto dove altri avevano fallito.**
Họ bắt đầu đi theo một con đường chưa ai biết đến mà nhiều người khác đã thất bại.

**Percorsero in slitta settanta miglia lungo il fiume Yukon ghiacciato.**
Họ trượt tuyết bảy mươi dặm trên dòng sông Yukon đóng băng.

**Girarono a sinistra e seguirono il sentiero verso lo Stewart.**
Họ rẽ trái và đi theo con đường mòn vào Stewart.

**Superarono il Mayo e il McQuestion e proseguirono oltre.**
Họ đi qua Mayo và McQuestion và tiến xa hơn.

**Lo Stewart si restringeva fino a diventare un ruscello, infilandosi tra cime frastagliate.**
Sông Stewart co lại thành một dòng suối, len lỏi qua những đỉnh núi gồ ghề.

**Queste vette aguzze rappresentavano la spina dorsale del continente.**
Những đỉnh núi nhọn này đánh dấu chính xương sống của lục địa.

**John Thornton pretendeva poco dagli uomini e dalla terra selvaggia.**
John Thornton không đòi hỏi nhiều ở con người hay vùng đất hoang dã.
**Non temeva nulla della natura e affrontava la natura selvaggia con disinvoltura.**
Ông không sợ bất cứ điều gì trong thiên nhiên và đối mặt với thiên nhiên hoang dã một cách dễ dàng.
**Con solo del sale e un fucile poteva viaggiare dove voleva.**
Chỉ cần muối và một khẩu súng trường, anh ta có thể đi đến bất cứ nơi nào mình muốn.
**Come gli indigeni, durante il viaggio cacciava per procurarsi il cibo.**
Giống như người bản xứ, ông săn bắt thức ăn trong suốt cuộc hành trình.
**Se non prendeva nulla, continuava ad andare avanti, confidando nella fortuna che lo attendeva.**
Nếu không bắt được gì, anh ta vẫn tiếp tục đi, tin tưởng vào may mắn phía trước.
**Durante questo lungo viaggio, la carne era l'alimento principale di cui si nutrivano.**
Trong chuyến đi dài này, thịt là thức ăn chính của họ.
**La slitta trasportava attrezzi e munizioni, ma non c'era un orario preciso.**
Chiếc xe trượt tuyết chở theo dụng cụ và đạn dược, nhưng không có thời gian biểu cụ thể.
**Buck amava questo vagabondare, la caccia e la pesca senza fine.**
Buck thích thú với việc lang thang này; săn bắn và câu cá bất tận.
**Per settimane viaggiarono senza sosta, giorno dopo giorno.**
Trong nhiều tuần, họ đi du lịch liên tục ngày này qua ngày khác.
**Altre volte si accampavano e restavano fermi per settimane.**
Những lần khác, họ dựng trại và ở lại đó trong nhiều tuần.
**I cani riposarono mentre gli uomini scavavano nel terreno ghiacciato.**

Những chú chó nghỉ ngơi trong khi những người đàn ông đào bới trong lớp đất đóng băng.
**Scaldavano le padelle sul fuoco e cercavano l'oro nascosto.**
Họ hơ chảo trên lửa và tìm kiếm vàng ẩn giấu.
**C'erano giorni in cui pativano la fame, altri in cui banchettavano.**
Có ngày họ phải chịu đói, có ngày họ lại mở tiệc.
**Il loro pasto dipendeva dalla selvaggina e dalla fortuna della caccia.**
Bữa ăn của họ phụ thuộc vào trò chơi và may mắn khi đi săn.
**Con l'arrivo dell'estate, uomini e cani caricavano carichi sulle spalle.**
Khi mùa hè đến, đàn ông và chó thường chất nhiều đồ đạc lên lưng.
**Fecero rafting sui laghi azzurri nascosti nelle foreste di montagna.**
Họ đi bè qua những hồ nước xanh ẩn mình trong những khu rừng trên núi.
**Navigavano su imbarcazioni sottili su fiumi che nessun uomo aveva mai mappato.**
Họ chèo những chiếc thuyền mỏng trên những dòng sông mà chưa ai từng vẽ bản đồ.
**Quelle barche venivano costruite con gli alberi che avevano segato in natura.**
Những chiếc thuyền đó được đóng từ những cây họ cưa trong tự nhiên.

**Passarono i mesi e loro viaggiarono attraverso terre selvagge e sconosciute.**
Nhiều tháng trôi qua, họ đi qua những vùng đất hoang dã chưa được biết đến.
**Non c'erano uomini lì, ma vecchie tracce lasciavano intendere che alcuni di loro fossero presenti.**
Không có người đàn ông nào ở đó, nhưng những dấu vết cũ cho thấy đã từng có người đàn ông ở đó.
**Se la Capanna Perduta fosse esistita davvero, allora altre persone in passato erano passate da lì.**

Nếu Lost Cabin là có thật thì đã từng có người đi qua đây.
**Attraversavano passi alti durante le bufere di neve, anche d'estate.**
Họ vượt qua những con đèo cao trong bão tuyết, ngay cả vào mùa hè.
**Rabbrividivano sotto il sole di mezzanotte sui pendii brulli delle montagne.**
Họ run rẩy dưới ánh mặt trời lúc nửa đêm trên những sườn núi trơ trụi.
**Tra il limite degli alberi e i campi di neve, salivano lentamente.**
Giữa hàng cây và bãi tuyết, họ leo lên chậm rãi.
**Nelle valli calde, scacciavano nuvole di moscerini e mosche.**
Ở những thung lũng ấm áp, họ đập tan những đám ruồi và muỗi.
**Raccolsero bacche dolci vicino ai ghiacciai nel pieno della fioritura estiva.**
Họ hái những quả mọng ngọt gần các sông băng đang nở rộ vào mùa hè.
**I fiori che trovarono erano belli quanto quelli del Southland.**
Những bông hoa họ tìm thấy cũng đẹp như những bông hoa ở miền Nam.
**Quell'autunno giunsero in una regione solitaria piena di laghi silenziosi.**
Mùa thu năm đó, họ đến một vùng đất vắng vẻ với những hồ nước yên tĩnh.
**La terra era triste e vuota, un tempo brulicava di uccelli e animali.**
Vùng đất này buồn bã và trống trải, trước kia từng có nhiều loài chim và thú sinh sống.
**Ora non c'era più vita, solo il vento e il ghiaccio che si formava nelle pozze.**
Bây giờ không còn sự sống nữa, chỉ còn gió và băng hình thành trong các vũng nước.
**Le onde lambivano le rive deserte con un suono dolce e lugubre.**
Sóng vỗ vào bờ vắng vẻ với âm thanh nhẹ nhàng, buồn thảm.

**Arrivò un altro inverno e loro seguirono di nuovo deboli e vecchi sentieri.**
Một mùa đông nữa lại đến, và họ lại đi theo những con đường mòn cũ kỹ, mờ nhạt.
**Erano le tracce di uomini che avevano cercato molto prima di loro.**
Đây là dấu vết của những người đã tìm kiếm trước họ từ lâu.
**Una volta trovarono un sentiero che si inoltrava nel profondo della foresta oscura.**
Một lần họ tìm thấy một con đường mòn sâu vào khu rừng tối tăm.
**Era un vecchio sentiero e sentivano che la baita perduta era vicina.**
Đó là một con đường mòn cũ và họ cảm thấy căn nhà gỗ bị mất ở gần đó.
**Ma il sentiero non portava da nessuna parte e si perdeva nel fitto del bosco.**
Nhưng con đường mòn chẳng dẫn tới đâu cả mà lại chìm sâu vào trong khu rừng rậm rạp.
**Nessuno sapeva chi avesse tracciato il sentiero e perché lo avesse fatto.**
Không ai biết ai là người đã tạo ra con đường này và tại sao họ lại tạo ra nó.
**Più tardi trovarono i resti di una capanna nascosta tra gli alberi.**
Sau đó, họ tìm thấy xác một ngôi nhà gỗ ẩn giữa những cái cây.
**Coperte marce erano sparse dove un tempo qualcuno aveva dormito.**
Những tấm chăn mục nát nằm rải rác ở nơi mà ai đó từng ngủ.
**John Thornton trovò sepolto all'interno un fucile a pietra focaia a canna lunga.**
John Thornton tìm thấy một khẩu súng hỏa mai nòng dài được chôn bên trong.

**Sapeva fin dai primi tempi che si trattava di un cannone della Hudson Bay.**

Ông biết đây là súng Hudson Bay từ những ngày đầu giao dịch.

**A quei tempi, tali armi venivano barattate con pile di pelli di castoro.**

Vào thời đó, những khẩu súng như vậy được trao đổi để lấy những chồng da hải ly.

**Questo era tutto: non rimaneva alcuna traccia dell'uomo che aveva costruito la loggia.**

Chỉ có thế thôi—không còn manh mối nào về người đàn ông đã xây dựng ngôi nhà nghỉ.

**Arrivò di nuovo la primavera e non trovarono traccia della Capanna Perduta.**

Mùa xuân lại đến và họ vẫn không tìm thấy dấu hiệu nào của Căn nhà gỗ bị mất.

**Invece trovarono un'ampia valle con un ruscello poco profondo.**

Thay vào đó, họ tìm thấy một thung lũng rộng với một dòng suối nông.

**L'oro si stendeva sul fondo della pentola come burro giallo e liscio.**

Vàng trải khắp đáy chảo như bơ vàng mịn.

**Si fermarono lì e non cercarono oltre la cabina.**

Họ dừng lại ở đó và không tiếp tục tìm kiếm căn nhà gỗ nữa.

**Ogni giorno lavoravano e ne trovavano migliaia di pezzi in polvere d'oro.**

Mỗi ngày họ làm việc và tìm thấy hàng ngàn hạt bụi vàng.

**Confezionarono l'oro in sacchi di pelle di alce, da cinquanta libbre ciascuno.**

Họ đóng gói vàng vào những túi da nai, mỗi túi nặng năm mươi pound.

**I sacchi erano accatastati come legna da ardere fuori dal loro piccolo rifugio.**

Những chiếc túi được xếp chồng lên nhau như củi bên ngoài căn nhà nhỏ của họ.

**Lavoravano come giganti e i giorni trascorrevano veloci come sogni.**
Họ làm việc như những người khổng lồ, và những ngày tháng trôi qua như một giấc mơ ngắn ngủi.
**Accumularono tesori mentre gli infiniti giorni trascorrevano rapidamente.**
Họ tích lũy của cải khi những ngày tháng vô tận trôi qua nhanh chóng.
**I cani avevano ben poco da fare, se non trasportare la carne di tanto in tanto.**
Lũ chó chẳng có việc gì làm ngoài việc thỉnh thoảng kéo thịt.
**Thornton cacciò e uccise la selvaggina, mentre Buck si sdraiò accanto al fuoco.**
Thornton săn và giết chết con mồi, còn Buck nằm bên đống lửa.
**Trascorse lunghe ore in silenzio, perso nei pensieri e nei ricordi.**
Ông dành nhiều giờ trong im lặng, đắm chìm trong suy nghĩ và ký ức.
**L'immagine dell'uomo peloso tornava sempre più spesso alla mente di Buck.**
Hình ảnh người đàn ông lông lá đó thường xuyên xuất hiện trong tâm trí Buck.
**Ora che il lavoro scarseggiava, Buck sognava mentre sbatteva le palpebre verso il fuoco.**
Bây giờ công việc trở nên khan hiếm, Buck mơ màng trong khi chớp mắt nhìn ngọn lửa.
**In quei sogni, Buck vagava con l'uomo in un altro mondo.**
Trong những giấc mơ đó, Buck lang thang cùng người đàn ông ở một thế giới khác.
**La paura sembrava il sentimento più forte in quel mondo lontano.**
Sợ hãi dường như là cảm giác mạnh mẽ nhất trong thế giới xa xôi ấy.
**Buck vide l'uomo peloso dormire con la testa bassa.**
Buck nhìn thấy người đàn ông lông lá kia ngủ với đầu cúi thấp.

**Aveva le mani giunte e il suo sonno era agitato e interrotto.**
Hai bàn tay anh nắm chặt, giấc ngủ không yên và chập chờn.
**Si svegliava di soprassalto e fissava il buio con timore.**
Ông thường giật mình tỉnh giấc và nhìn chằm chằm vào bóng tối một cách sợ hãi.
**Poi aggiungeva altra legna al fuoco per mantenere viva la fiamma.**
Sau đó, anh ta ném thêm củi vào lửa để giữ ngọn lửa sáng.
**A volte camminavano lungo una spiaggia in riva a un mare grigio e infinito.**
Đôi khi họ đi bộ dọc theo bãi biển, bên cạnh một vùng biển xám xịt, vô tận.
**L'uomo peloso raccolse i frutti di mare e li mangiò mentre camminava.**
Người đàn ông lông lá này vừa đi vừa nhặt sò và ăn.
**I suoi occhi cercavano sempre pericoli nascosti nell'ombra.**
Đôi mắt anh luôn tìm kiếm những mối nguy hiểm tiềm ẩn trong bóng tối.
**Le sue gambe erano sempre pronte a scattare al primo segno di minaccia.**
Đôi chân của anh luôn sẵn sàng chạy nước rút khi có dấu hiệu đe dọa đầu tiên.
**Avanzavano furtivamente nella foresta, silenziosi e cauti, uno accanto all'altro.**
Họ rón rén đi qua khu rừng, im lặng và thận trọng, song hành cùng nhau.
**Buck lo seguì alle calcagna, ed entrambi rimasero all'erta.**
Buck bám sát theo sau, và cả hai đều giữ thái độ cảnh giác.
**Le loro orecchie si muovevano e si contraevano, i loro nasi fiutavano l'aria.**
Tai chúng giật giật và chuyển động, mũi chúng hít ngửi không khí.
**L'uomo riusciva a sentire e ad annusare la foresta in modo altrettanto acuto quanto Buck.**
Người đàn ông có thể nghe và ngửi thấy mùi của khu rừng nhạy bén như Buck.
**L'uomo peloso si lanciò tra gli alberi a velocità improvvisa.**

Người đàn ông lông lá lao nhanh qua những cái cây với tốc độ đột ngột.
**Saltava da un ramo all'altro senza mai perdere la presa.**
Anh ta nhảy từ cành cây này sang cành cây khác mà không hề trượt tay.
**Si muoveva con la stessa rapidità con cui si muoveva sopra e sopra il terreno.**
Anh ta di chuyển trên mặt đất cũng nhanh như khi ở trên mặt đất.
**Buck ricordava le lunghe notti passate sotto gli alberi a fare la guardia.**
Buck nhớ lại những đêm dài thức trắng dưới gốc cây để canh gác.
**L'uomo dormiva appollaiato sui rami, aggrappandosi forte.**
Người đàn ông ngủ trên cành cây, bám chặt vào đó.
**Questa visione dell'uomo peloso era strettamente legata al richiamo profondo.**
Hình ảnh người đàn ông lông lá này gắn chặt với tiếng gọi sâu thẳm.
**Il richiamo risuonava ancora nella foresta con una forza inquietante.**
Tiếng gọi vẫn vang vọng khắp khu rừng với sức mạnh ám ảnh.
**La chiamata riempì Buck di desiderio e di un inquieto senso di gioia.**
Tiếng gọi đó khiến Buck tràn ngập nỗi khao khát và cảm giác vui sướng vô bờ.
**Sentì strani impulsi e stimoli a cui non riusciva a dare un nome.**
Anh cảm thấy những thôi thúc và sự thôi thúc kỳ lạ mà anh không thể gọi tên.
**A volte seguiva la chiamata inoltrandosi nel silenzio dei boschi.**
Đôi khi anh ta đi theo tiếng gọi vào sâu trong khu rừng yên tĩnh.
**Cercava il richiamo, abbaiando piano o bruscamente mentre camminava.**

Anh ta tìm kiếm tiếng gọi, sủa nhẹ hoặc sủa dữ dội khi đi qua.
**Annusò il muschio e il terreno nero dove cresceva l'erba.**
Anh ta hít hà mùi rêu và đất đen nơi cỏ mọc.
**Sbuffò di piacere sentendo i ricchi odori della terra profonda.**
Anh ta khịt mũi thích thú trước mùi hương nồng nàn của đất sâu.
**Rimase accovacciato per ore dietro i tronchi ricoperti di funghi.**
Anh ta ngồi khom lưng hàng giờ sau những thân cây phủ đầy nấm.
**Rimase immobile, ascoltando con gli occhi sgranati ogni minimo rumore.**
Anh đứng im, mở to mắt lắng nghe mọi âm thanh nhỏ nhất.
**Forse sperava di sorprendere la cosa che aveva emesso la chiamata.**
Có lẽ ông ấy hy vọng sẽ làm cho vật đã gọi điện kia ngạc nhiên.
**Non sapeva perché si comportava in quel modo: lo faceva e basta.**
Anh không biết tại sao mình lại hành động như vậy—anh chỉ đơn giản là biết vậy.
**Questi impulsi provenivano dal profondo, al di là del pensiero o della ragione.**
Những thôi thúc đó đến từ sâu thẳm bên trong, vượt ra ngoài suy nghĩ hay lý trí.
**Buck fu colto da impulsi irresistibili, senza preavviso o motivo.**
Những ham muốn không thể cưỡng lại cứ thôi thúc Buck mà không hề có lời cảnh báo hay lý do.
**A volte sonnecchiava pigramente nell'accampamento, sotto il caldo di mezzogiorno.**
Đôi khi anh ta ngủ gật một cách lười biếng trong trại dưới cái nóng buổi trưa.
**All'improvviso sollevò la testa e le sue orecchie si drizzarono in allerta.**
Đột nhiên, đầu anh ta ngẩng lên và tai dựng lên cảnh giác.

**Poi balzò in piedi e si lanciò nella natura selvaggia senza fermarsi.**
Sau đó, anh ta bật dậy và lao vào nơi hoang dã mà không dừng lại.
**Corse per ore attraverso sentieri forestali e spazi aperti.**
Anh ấy chạy hàng giờ qua những con đường trong rừng và những không gian mở.
**Amava seguire i letti asciutti dei torrenti e spiare gli uccelli sugli alberi.**
Ông thích đi theo những lòng suối khô cạn và ngắm nhìn những chú chim trên cây.
**Poteva restare nascosto tutto il giorno, osservando le pernici che si pavoneggiavano in giro.**
Anh ta có thể nằm ẩn mình cả ngày, quan sát những con chim gô đi lại thong thả.
**Suonavano i tamburi e marciavano, ignari della presenza immobile di Buck.**
Họ vừa đánh trống vừa diễu hành, không hề biết đến sự hiện diện của Buck.
**Ma ciò che amava di più era correre al crepuscolo estivo.**
Nhưng điều anh thích nhất là chạy bộ vào lúc chạng vạng mùa hè.
**La luce fioca e i suoni assonnati della foresta lo riempivano di gioia.**
Ánh sáng mờ ảo và âm thanh buồn ngủ của khu rừng khiến anh tràn ngập niềm vui.
**Leggeva i cartelli della foresta con la stessa chiarezza con cui un uomo legge un libro.**
Anh ấy đọc các biển báo trong rừng rõ ràng như một người đọc sách.
**E cercava sempre la strana cosa che lo chiamava.**
Và anh luôn tìm kiếm thứ kỳ lạ đã gọi anh.
**Quella chiamata non si è mai fermata: lo raggiungeva sia da sveglio che nel sonno.**
Tiếng gọi đó không bao giờ dừng lại - nó vẫn vang vọng đến anh dù anh đang thức hay đang ngủ.

**Una notte si svegliò di soprassalto, con gli occhi acuti e le orecchie tese.**
Một đêm nọ, anh ta giật mình tỉnh giấc, mắt mở to và tai dựng lên.
**Le sue narici si contrassero mentre la sua criniera si rizzava in onde.**
Lỗ mũi của nó giật giật trong khi bờm của nó dựng đứng lên từng đợt.
**Dal profondo della foresta giunse di nuovo quel suono, il vecchio richiamo.**
Từ sâu trong rừng lại vang lên âm thanh ấy, tiếng gọi xưa.
**Questa volta il suono risuonò chiaro, un ululato lungo, inquietante e familiare.**
Lần này âm thanh vang lên rõ ràng, một tiếng hú dài, ám ảnh và quen thuộc.
**Era come il verso di un husky, ma dal tono strano e selvaggio.**
Nó giống như tiếng kêu của loài chó husky, nhưng có âm điệu kỳ lạ và hoang dã.
**Buck riconobbe subito quel suono: lo aveva già sentito molto tempo prima.**
Buck nhận ra âm thanh đó ngay lập tức—anh đã từng nghe chính xác âm thanh đó từ lâu rồi.
**Attraversò con un balzo l'accampamento e scomparve rapidamente nel bosco.**
Anh ta nhảy qua trại và nhanh chóng biến mất vào trong rừng.
**Avvicinandosi al suono, rallentò e si mosse con cautela.**
Khi đến gần nơi có tiếng động, anh ta chậm lại và di chuyển cẩn thận.
**Presto raggiunse una radura tra fitti pini.**
Chẳng mấy chốc anh đã tới một khoảng đất trống giữa những cây thông rậm rạp.
**Lì, ritto sulle zampe posteriori, sedeva un lupo grigio alto e magro.**
Ở đó, một con sói gỗ cao gầy đang ngồi thẳng trên hai chân sau.

**Il naso del lupo puntava verso il cielo, continuando a rieccheggiare il richiamo.**
Mũi con sói hướng lên trời, vẫn vang vọng tiếng gọi.
**Buck non aveva emesso alcun suono, eppure il lupo si fermò e ascoltò.**
Buck không hề phát ra tiếng động nào, nhưng con sói vẫn dừng lại và lắng nghe.
**Percependo qualcosa, il lupo si irrigidì e scrutò l'oscurità.**
Cảm nhận được điều gì đó, con sói căng thẳng, tìm kiếm trong bóng tối.
**Buck si fece avanti furtivamente, con il corpo basso e i piedi ben appoggiati al terreno.**
Buck từ từ xuất hiện, thân hình cúi thấp, chân đặt nhẹ nhàng trên mặt đất.
**La sua coda era dritta e il suo corpo era teso e teso.**
Đuôi của nó thẳng, thân mình cuộn chặt lại vì căng thẳng.
**Manifestava sia un atteggiamento minaccioso che una sorta di rude amicizia.**
Anh ta vừa tỏ ra đe dọa vừa có vẻ thân thiện.
**Era il saluto cauto tipico delle bestie selvatiche.**
Đó là lời chào thận trọng thường thấy ở các loài thú hoang dã.
**Ma il lupo si voltò e fuggì non appena vide Buck.**
Nhưng con sói quay lại và bỏ chạy ngay khi nhìn thấy Buck.
**Buck si lanciò all'inseguimento, saltando selvaggiamente, desideroso di raggiungerlo.**
Buck đuổi theo, nhảy loạn xạ, háo hức muốn bắt kịp nó.
**Seguì il lupo in un ruscello secco bloccato da un ingorgo di tronchi.**
Anh ta đi theo con sói vào một con suối khô cạn bị chặn bởi một đống gỗ.
**Messo alle strette, il lupo si voltò e rimase fermo.**
Bị dồn vào chân tường, con sói quay lại và đứng im.
**Il lupo ringhiò e schioccò i denti come un husky intrappolato in una rissa.**
Con sói gầm gừ và cắn như một con chó husky bị mắc bẫy trong một cuộc chiến.

**I denti del lupo schioccarono rapidamente e il suo corpo si irrigidì per la furia selvaggia.**
Răng của con sói va vào nhau lập cập, cơ thể nó dựng đứng lên vì cơn thịnh nộ dữ dội.
**Buck non attaccò, ma girò intorno al lupo con attenta cordialità.**
Buck không tấn công mà chỉ đi vòng quanh con sói một cách thân thiện và thận trọng.
**Cercò di bloccargli la fuga con movimenti lenti e innocui.**
Anh ta cố gắng chặn đường thoát của hắn bằng những chuyển động chậm rãi, vô hại.
**Il lupo era cauto e spaventato: Buck lo superava di peso tre volte.**
Con sói cảnh giác và sợ hãi—Buck nặng hơn nó gấp ba lần.
**La testa del lupo arrivava a malapena all'altezza della spalla massiccia di Buck.**
Đầu của con sói chỉ cao tới vai to lớn của Buck.
**Il lupo, attento a individuare un varco, si lanciò e l'inseguimento ricominciò.**
Nhìn thấy khoảng trống, con sói chạy vụt đi và cuộc rượt đuổi lại bắt đầu.
**Buck lo mise alle strette più volte e la danza si ripeté.**
Buck đã nhiều lần dồn anh vào chân tường và điệu nhảy lại được lặp lại.
**Il lupo era magro e debole, altrimenti Buck non avrebbe potuto catturarlo.**
Con sói gầy và yếu, nếu không thì Buck không thể bắt được nó.
**Ogni volta che Buck si avvicinava, il lupo si girava di scatto e lo affrontava spaventato.**
Mỗi lần Buck đến gần, con sói lại quay lại và đối mặt với Buck trong sợ hãi.
**Poi, alla prima occasione, si precipitò di nuovo nel bosco.**
Sau đó, ngay khi có cơ hội, anh ta lại lao vào rừng một lần nữa.
**Ma Buck non si arrese e alla fine il lupo imparò a fidarsi di lui.**

Nhưng Buck không bỏ cuộc và cuối cùng con sói cũng tin tưởng Buck.

**Annusò il naso di Buck e i due diventarono giocosi e attenti.**
Anh ta hít mũi Buck và cả hai trở nên vui tươi và cảnh giác.

**Giocavano come animali selvaggi, feroci ma timidi nella loro gioia.**
Họ chơi đùa như những con thú hoang dã, hung dữ nhưng cũng rất nhút nhát trong niềm vui.

**Dopo un po' il lupo trotterellò via con calma e decisione.**
Một lúc sau, con sói bước đi với thái độ bình tĩnh.

**Dimostrò chiaramente a Buck che intendeva essere seguito.**
Anh ta tỏ rõ ý muốn cho Buck biết là anh ta muốn bị theo dõi.

**Correvano fianco a fianco nel buio della sera.**
Họ chạy cạnh nhau trong bóng tối lúc chạng vạng.

**Seguirono il letto del torrente fino alla gola rocciosa.**
Họ đi theo lòng suối lên hẻm núi đá.

**Attraversarono un freddo spartiacque nel punto in cui aveva avuto origine il fiume.**
Họ băng qua một ranh giới lạnh giá, nơi dòng suối bắt đầu.

**Sul pendio più lontano trovarono un'ampia foresta e molti corsi d'acqua.**
Trên sườn dốc xa hơn, họ tìm thấy một khu rừng rộng lớn và nhiều dòng suối.

**Corsero per ore senza fermarsi attraverso quella terra immensa.**
Qua vùng đất rộng lớn này, họ chạy hàng giờ liền mà không dừng lại.

**Il sole saliva sempre più alto, l'aria si faceva calda, ma loro continuavano a correre.**
Mặt trời lên cao hơn, không khí ấm lên, nhưng họ vẫn chạy tiếp.

**Buck era pieno di gioia: sapeva di aver risposto alla sua chiamata.**
Buck tràn ngập niềm vui—anh biết mình đã trả lời được tiếng gọi của mình.

**Corse accanto al fratello della foresta, più vicino alla fonte della chiamata.**

Anh chạy bên cạnh người anh em trong rừng của mình, đến gần nguồn phát ra tiếng gọi hơn.

**I vecchi sentimenti ritornano, potenti e difficili da ignorare.**

Những cảm xúc cũ lại ùa về, mạnh mẽ và khó có thể bỏ qua.

**Queste erano le verità nascoste nei ricordi dei suoi sogni.**

Đây chính là sự thật ẩn sau những ký ức trong giấc mơ của anh.

**Tutto questo lo aveva già fatto in un mondo lontano e oscuro.**

Anh đã từng làm tất cả những điều này trước đây trong một thế giới xa xôi và tối tăm.

**Questa volta lo fece di nuovo, scatenandosi con il cielo aperto sopra di lui.**

Bây giờ anh lại làm điều này một lần nữa, chạy thật nhanh trên bầu trời rộng mở phía trên.

**Si fermarono presso un ruscello per bere l'acqua fredda che scorreva.**

Họ dừng lại bên một dòng suối để uống nước mát lạnh chảy từ đó.

**Mentre beveva, Buck si ricordò improvvisamente di John Thornton.**

Trong lúc uống, Buck đột nhiên nhớ đến John Thornton.

**Si sedette in silenzio, lacerato dal sentimento di lealtà e dalla chiamata.**

Anh ngồi xuống trong im lặng, bị giằng xé bởi lòng trung thành và tiếng gọi.

**Il lupo continuò a trottare, ma tornò indietro per incitare Buck ad andare avanti.**

Con sói chạy tiếp nhưng rồi quay lại thúc Buck tiến về phía trước.

**Gli annusò il naso e cercò di convincerlo con gesti gentili.**

Anh ta hít mũi và cố gắng dụ dỗ nó bằng những cử chỉ nhẹ nhàng.

**Ma Buck si voltò e riprese a tornare indietro per la strada da cui era venuto.**

Nhưng Buck quay lại và đi ngược lại con đường mà anh đã đi tới.

**Il lupo gli corse accanto per molto tempo, guaindo piano.**
Con sói chạy bên cạnh anh ta một hồi lâu, khẽ rên ri.
**Poi si sedette, alzò il naso ed emise un lungo ululato.**
Sau đó, nó ngồi xuống, hếch mũi lên và hú một tiếng dài.
**Era un grido lugubre, che si addolcì mentre Buck si allontanava.**
Đó là tiếng kêu đau buồn, rồi dịu đi khi Buck bước đi.
**Buck ascoltò mentre il suono del grido svaniva lentamente nel silenzio della foresta.**
Buck lắng nghe tiếng kêu dần dần nhỏ dần vào sự im lặng của khu rừng.
**John Thornton stava cenando quando Buck irruppe nell'accampamento.**
John Thornton đang ăn tối thì Buck chạy vào trại.
**Buck gli saltò addosso selvaggiamente, leccandolo, mordendolo e facendolo rotolare.**
Buck nhảy bổ vào anh ta một cách điên cuồng, liếm, cắn và làm anh ta ngã nhào.
**Lo fece cadere, gli saltò sopra e gli baciò il viso.**
Anh ta đẩy anh ta ngã, trèo lên người anh ta và hôn vào mặt anh ta.
**Thornton lo definì con affetto "fare il buffone".**
Thornton trìu mến gọi đây là "hành động đóng vai kẻ ngốc".
**Nel frattempo, imprecava dolcemente contro Buck e lo scuoteva avanti e indietro.**
Trong lúc đó, anh ta khẽ chửi Buck và lắc nó qua lại.
**Per due interi giorni e due notti, Buck non lasciò l'accampamento nemmeno una volta.**
Trọng suốt hai ngày hai đêm, Buck không hề rời khỏi trại một lần nào.
**Si teneva vicino a Thornton e non lo perdeva mai di vista.**
Anh ta luôn theo sát Thornton và không bao giờ rời mắt khỏi anh ta.
**Lo seguiva mentre lavorava e lo osservava mentre mangiava.**
Anh ta theo dõi anh ta khi anh ta làm việc và quan sát anh ta khi anh ta ăn.

**Di notte vedeva Thornton avvolto nelle sue coperte e ogni mattina lo vedeva uscire.**
Anh nhìn thấy Thornton trùm chăn vào ban đêm và ra ngoài vào mỗi buổi sáng.
**Ma presto il richiamo della foresta ritornò, più forte che mai.**
Nhưng tiếng gọi của khu rừng lại sớm trở lại, to hơn bao giờ hết.
**Buck si sentì di nuovo irrequieto, agitato dal pensiero del lupo selvatico.**
Buck lại cảm thấy bồn chồn, lo lắng khi nghĩ đến con sói hoang.
**Ricordava la terra aperta e le corse fianco a fianco.**
Anh nhớ vùng đất rộng mở và những lần chạy song song.
**Ricominciò a vagare nella foresta, solo e vigile.**
Anh ta bắt đầu lang thang vào rừng một lần nữa, một mình và cảnh giác.
**Ma il fratello selvaggio non tornò e l'ululato non fu udito.**
Nhưng người anh em hoang dã đã không quay trở lại và tiếng hú cũng không còn nữa.
**Buck cominciò a dormire all'aperto, restando lontano anche per giorni interi.**
Buck bắt đầu ngủ ngoài trời, có khi mất đến nhiều ngày.
**Una volta attraversò l'alto spartiacque dove aveva origine il torrente.**
Có lần ông vượt qua ranh giới cao nơi con suối bắt đầu.
**Entrò nella terra degli alberi scuri e dei grandi corsi d'acqua.**
Anh ta đi vào vùng đất có rừng cây rậm rạp và những dòng suối rộng chảy xiết.
**Vagò per una settimana alla ricerca di tracce del fratello selvaggio.**
Trong suốt một tuần, anh ta lang thang, tìm kiếm dấu hiệu của người anh em hoang dã.
**Uccideva la propria carne e viaggiava a passi lunghi e instancabili.**
Ông tự tay giết thịt con mồi và di chuyển bằng những bước chân dài không biết mệt mỏi.
**Pescò salmoni in un ampio fiume che arrivava fino al mare.**

Ông đánh bắt cá hồi ở một con sông rộng chảy ra biển.
**Lì lottò e uccise un orso nero reso pazzo dagli insetti.**
Ở đó, anh đã chiến đấu và giết chết một con gấu đen bị côn trùng làm cho phát điên.
**L'orso stava pescando e corse alla cieca tra gli alberi.**
Con gấu đang câu cá và chạy một cách mù quáng qua các hàng cây.
**La battaglia fu feroce e risvegliò il profondo spirito combattivo di Buck.**
Trận chiến diễn ra vô cùng khốc liệt, đánh thức tinh thần chiến đấu sâu sắc của Buck.
**Due giorni dopo, Buck tornò e trovò dei ghiottoni nei pressi della sua preda.**
Hai ngày sau, Buck quay lại và thấy đàn chồn sói đã giết chết con mồi của mình.
**Una dozzina di loro litigarono furiosamente e rumorosamente per la carne.**
Hàng chục người cãi nhau ầm ĩ vì miếng thịt.
**Buck caricò e li disperse come foglie al vento.**
Buck lao tới và làm chúng tan tác như lá cây trước gió.
**Due lupi rimasero indietro: silenziosi, senza vita e immobili per sempre.**
Hai con sói vẫn đứng phía sau—im lặng, vô hồn và bất động mãi mãi.
**La sete di sangue divenne più forte che mai.**
Cơn khát máu ngày càng mãnh liệt hơn bao giờ hết.
**Buck era un cacciatore, un assassino, che si nutriva di creature viventi.**
Buck là một thợ săn, một kẻ giết người, chuyên săn bắt các sinh vật sống.
**Sopravvisse da solo, affidandosi alla sua forza e ai suoi sensi acuti.**
Ông sống sót một mình, nhờ vào sức mạnh và giác quan nhạy bén của mình.
**Prosperava nella natura selvaggia, dove solo i più forti potevano sopravvivere.**

Anh ấy phát triển mạnh mẽ trong môi trường tự nhiên, nơi chỉ những kẻ mạnh mẽ nhất mới có thể sống được.
**Da ciò nacque un grande orgoglio che riempì tutto l'essere di Buck.**
Từ đó, một niềm tự hào lớn lao dâng trào và tràn ngập toàn bộ con người Buck.
**Il suo orgoglio traspariva da ogni passo, dal fremito di ogni muscolo.**
Niềm tự hào của ông thể hiện trong từng bước đi, trong từng đường gân cơ.
**Il suo orgoglio era evidente, come si vedeva dal suo comportamento.**
Niềm tự hào của ông thể hiện rõ qua cách ông cư xử.
**Persino il suo spesso mantello appariva più maestoso e splendeva di più.**
Ngay cả bộ lông dày của nó cũng trông uy nghi hơn và sáng bóng hơn.
**Buck avrebbe potuto essere scambiato per un lupo grigio gigante.**
Buck có thể bị nhầm là một con sói gỗ khổng lồ.
**A parte il marrone sul muso e le macchie sopra gli occhi.**
Ngoại trừ màu nâu trên mõm và những đốm phía trên mắt.
**E la striscia bianca di pelo che gli correva lungo il centro del petto.**
Và vệt lông trắng chạy dọc giữa ngực.
**Era addirittura più grande del più grande lupo di quella feroce razza.**
Nó thậm chí còn lớn hơn cả con sói lớn nhất của giống loài hung dữ đó.
**Suo padre, un San Bernardo, gli ha trasmesso la stazza e la corporatura robusta.**
Cha của ông, một chú chó St. Bernard, đã mang lại cho ông vóc dáng to lớn và vạm vỡ.
**Sua madre, una pastorella, plasmò quella mole conferendole la forma di un lupo.**
Mẹ của ông, một người chăn cừu, đã nặn khối đá đó thành hình dạng giống như loài sói.

**Aveva il muso lungo di un lupo, anche se più pesante e largo.**
Anh ta có mõm dài của loài sói, mặc dù nặng hơn và to hơn.

**La sua testa era quella di un lupo, ma di dimensioni enormi e maestose.**
Đầu của ông ta là đầu của một con sói, nhưng được xây dựng trên một quy mô đồ sộ, uy nghi.

**L'astuzia di Buck era l'astuzia del lupo e della natura selvaggia.**
Sự khôn ngoan của Buck chính là sự khôn ngoan của loài sói và của thiên nhiên hoang dã.

**La sua intelligenza gli venne sia dal Pastore Tedesco che dal San Bernardo.**
Trí thông minh của ông được thừa hưởng từ cả giống chó chăn cừu Đức và St. Bernard.

**Tutto ciò, unito alla dura esperienza, lo rese una creatura temibile.**
Tất cả những điều này, cùng với kinh nghiệm khắc nghiệt, đã biến anh ta thành một sinh vật đáng sợ.

**Era formidabile quanto qualsiasi animale che vagasse nelle terre selvagge del nord.**
Anh ta đáng sợ như bất kỳ con thú nào lang thang ở vùng hoang dã phía bắc.

**Nutrendosi solo di carne, Buck raggiunse l'apice della sua forza.**
Chỉ sống bằng thịt, Buck đã đạt đến đỉnh cao sức mạnh của mình.

**Trasudava potenza e forza maschile in ogni fibra del suo corpo.**
Anh ấy tràn đầy sức mạnh và sức mạnh đàn ông trong từng thớ thịt của mình.

**Quando Thornton gli accarezzò la schiena, i peli brillarono di energia.**
Khi Thornton vuốt lưng anh, những sợi lông tỏa ra năng lượng.

**Ogni capello scricchiolava, carico del tocco di un magnetismo vivente.**

Mỗi sợi tóc kêu lạo xạo, mang theo sức mạnh từ tính sống động.
**Il suo corpo e il suo cervello erano sintonizzati sulla tonalità più fine possibile.**
Cơ thể và não bộ của ông được điều chỉnh ở mức cao nhất có thể.
**Ogni nervo, ogni fibra e ogni muscolo lavoravano in perfetta armonia.**
Mọi dây thần kinh, sợi cơ và cơ đều hoạt động một cách hoàn hảo.
**A qualsiasi suono o visione che richiedesse un intervento, rispondeva immediatamente.**
Bất kỳ âm thanh hay hình ảnh nào cần hành động, ông đều phản ứng ngay lập tức.
**Se un husky saltava per attaccare, Buck poteva saltare due volte più velocemente.**
Nếu một con chó husky nhảy lên để tấn công, Buck có thể nhảy nhanh gấp đôi.
**Reagì più rapidamente di quanto gli altri potessero vedere o sentire.**
Anh ấy phản ứng nhanh hơn những gì người khác có thể nhìn thấy hoặc nghe thấy.
**Percezione, decisione e azione avvennero tutte in un unico, fluido istante.**
Nhận thức, quyết định và hành động đều diễn ra trong cùng một khoảnh khắc trôi chảy.
**In realtà si tratta di atti separati, ma troppo rapidi per essere notati.**
Trên thực tế, những hành động này diễn ra riêng biệt nhưng diễn ra quá nhanh để nhận ra.
**Gli intervalli tra questi atti erano così brevi che sembravano uno solo.**
Khoảng cách giữa các hành động này quá ngắn đến nỗi chúng trông như một.
**I suoi muscoli e il suo essere erano come molle strettamente avvolte.**

Cơ bắp và con người của anh ta giống như những chiếc lò xo cuộn chặt.

**Il suo corpo traboccava di vita, selvaggia e gioiosa nella sua potenza.**

Cơ thể anh tràn đầy sức sống, hoang dã và vui tươi trong sức mạnh của nó.

**A volte aveva la sensazione che la forza stesse per esplodere completamente dentro di lui.**

Đôi lúc anh cảm thấy sức mạnh như sắp bùng nổ và thoát ra khỏi cơ thể mình.

**"Non c'è mai stato un cane simile", disse Thornton un giorno tranquillo.**

"Chưa từng có con chó nào như vậy", Thornton nói vào một ngày yên tĩnh.

**I soci osservarono Buck uscire fiero dall'accampamento.**

Các cộng sự nhìn Buck sải bước đầy kiêu hãnh ra khỏi trại.

**"Quando è stato creato, ha cambiato il modo in cui un cane può essere", ha detto Pete.**

"Khi anh ấy được tạo ra, anh ấy đã thay đổi bản chất của một chú chó", Pete nói.

**"Per Dio! Lo penso anch'io", concordò subito Hans.**

"Lạy Chúa! Tôi cũng nghĩ vậy," Hans nhanh chóng đồng ý.

**Lo videro allontanarsi, ma non il cambiamento che avvenne dopo.**

Họ nhìn thấy anh ta bước đi, nhưng không thấy sự thay đổi xảy ra sau đó.

**Non appena entrò nel bosco, Buck si trasformò completamente.**

Ngay khi bước vào rừng, Buck đã biến đổi hoàn toàn.

**Non marciava più, ma si muoveva come uno spettro selvaggio tra gli alberi.**

Anh ta không còn tiến bước nữa mà di chuyển như một bóng ma hoang dã giữa những hàng cây.

**Divenne silenzioso, come un gatto, un bagliore che attraversava le ombre.**

Anh ta trở nên im lặng, chân như mèo, một tia sáng lóe lên xuyên qua bóng tối.

**Usava la copertura con abilità, strisciando sulla pancia come un serpente.**
Anh ta sử dụng khả năng ẩn nấp một cách khéo léo, bò bằng bụng như một con rắn.
**E come un serpente, sapeva balzare in avanti e colpire in silenzio.**
Và giống như một con rắn, anh ta có thể nhảy về phía trước và tấn công trong im lặng.
**Potrebbe rubare una pernice bianca direttamente dal suo nido nascosto.**
Anh ta có thể đánh cắp một con gà gô ngay từ tổ ẩn của nó.
**Uccideva i conigli addormentati senza emettere alcun suono.**
Anh ta giết chết những con thỏ đang ngủ mà không phát ra một tiếng động nào.
**Riusciva a catturare gli scoiattoli a mezz'aria anche se fuggivano troppo lentamente.**
Anh ấy có thể bắt được những chú sóc chuột giữa không trung vì chúng chạy quá chậm.
**Nemmeno i pesci nelle pozze riuscivano a sfuggire ai suoi attacchi improvvisi.**
Ngay cả cá trong ao cũng không thoát khỏi đòn tấn công bất ngờ của anh.
**Nemmeno i furbi castori impegnati a riparare le dighe erano al sicuro da lui.**
Ngay cả những con hải ly thông minh chuyên sửa đập cũng không thoát khỏi hắn.
**Uccideva per nutrirsi, non per divertirsi, ma preferiva uccidere le proprie vittime.**
Anh ta giết để kiếm thức ăn chứ không phải để giải trí—nhưng thích nhất là chính tay mình giết.
**Eppure, un umorismo subdolo permeava alcune delle sue cacce silenziose.**
Tuy nhiên, đôi khi trong cuộc săn lùng thầm lặng của mình, anh vẫn có chút khiếu hài hước tinh quái.
**Si avvicinò furtivamente agli scoiattoli, solo per lasciarli scappare.**

Anh ta rón rén đến gần những con sóc, nhưng lại để chúng trốn thoát.

**Stavano per fuggire tra gli alberi, chiacchierando con rabbia e paura.**

Họ định chạy trốn vào rừng, vừa chạy vừa kêu la trong sự giận dữ và sợ hãi.

**Con l'arrivo dell'autunno, le alci cominciarono ad apparire in numero maggiore.**

Khi mùa thu đến, nai sừng tấm bắt đầu xuất hiện với số lượng lớn hơn.

**Si spostarono lentamente verso le basse valli per affrontare l'inverno.**

Họ di chuyển chậm rãi vào các thung lũng thấp để đón mùa đông.

**Buck aveva già abbattuto un giovane vitello randagio.**

Buck đã bắt được một con bê con đi lạc.

**Ma lui desiderava ardentemente affrontare prede più grandi e pericolose.**

Nhưng anh ta khao khát được đối mặt với con mồi lớn hơn và nguy hiểm hơn.

**Un giorno, sul crinale, alla sorgente del torrente, trovò la sua occasione.**

Một ngày nọ trên đường phân thủy, tại đầu con suối, anh đã tìm thấy cơ hội của mình.

**Una mandria di venti alci era giunta da terre boscose.**

Một đàn gồm hai mươi con nai sừng tấm đã băng qua từ vùng đất rừng rậm.

**Tra loro c'era un possente toro, il capo del gruppo.**

Trong số đó có một con bò đực to lớn; thủ lĩnh của nhóm.

**Il toro era alto più di due metri e mezzo e appariva feroce e selvaggio.**

Con bò đực cao hơn sáu feet và trông rất hung dữ và hoang dã.

**Lanciò le sue grandi corna, le cui quattordici punte si diramavano verso l'esterno.**

Ông ta vung cặp gạc rộng của mình, gồm mười bốn nhánh hướng ra ngoài.

**Le punte di quelle corna si estendevano per due metri.**
Đầu của những chiếc gạc này dài tới bảy feet.
**I suoi piccoli occhi ardevano di rabbia quando vide Buck lì vicino.**
Đôi mắt nhỏ của hắn bùng cháy vì giận dữ khi phát hiện ra Buck ở gần đó.
**Emise un ruggito furioso, tremando di rabbia e dolore.**
Hắn gầm lên một tiếng dữ dội, run rẩy vì tức giận và đau đớn.
**Vicino al suo fianco spuntava la punta di una freccia, appuntita e piumata.**
Một đầu mũi tên nhô ra gần hông anh ta, nhọn và sắc.
**Questa ferita contribuì a spiegare il suo umore selvaggio e amareggiato.**
Vết thương này giúp giải thích tâm trạng cay đắng, tàn bạo của ông.
**Buck, guidato dall'antico istinto di caccia, fece la sua mossa.**
Được dẫn dắt bởi bản năng săn mồi cổ xưa, Buck đã hành động.
**Il suo obiettivo era separare il toro dal resto della mandria.**
Mục đích của anh ta là tách con bò đực ra khỏi phần còn lại của đàn.
**Non era un compito facile: richiedeva velocità e una grande astuzia.**
Đây không phải là nhiệm vụ dễ dàng, đòi hỏi phải có tốc độ và sự khôn ngoan tuyệt vời.
**Abbaiava e danzava vicino al toro, appena fuori dalla sua portata.**
Anh ta sủa và nhảy múa gần con bò, vừa đủ xa tầm với của nó.
**L'alce si lanciò con enormi zoccoli e corna mortali.**
Con nai sừng tấm lao tới với móng guốc lớn và cặp gạc nguy hiểm.
**Un colpo avrebbe potuto porre fine alla vita di Buck in un batter d'occhio.**
Chỉ một đòn thôi cũng có thể kết liễu mạng sống của Buck chỉ trong tích tắc.
**Incapace di abbandonare la minaccia, il toro si infuriò.**

Không thể bỏ lại mối đe dọa phía sau, con bò đực trở nên điên cuồng.
**Lui caricava con furia, ma Buck riusciva sempre a sfuggirgli.**
Anh ta lao tới trong cơn giận dữ, nhưng Buck luôn trốn thoát.
**Buck finse di essere debole, allontanandosi ulteriormente dalla mandria.**
Buck giả vờ yếu đuối, dụ hắn ra xa khỏi đàn.
**Ma i giovani tori sarebbero tornati alla carica per proteggere il capo.**
Nhưng những con bò đực non sẽ lao về phía trước để bảo vệ con đầu đàn.
**Costrinsero Buck a ritirarsi e il toro a ricongiungersi al gruppo.**
Họ buộc Buck phải rút lui và con bò đực phải quay trở lại nhóm.
**C'è una pazienza nella natura selvaggia, profonda e inarrestabile.**
Có một sự kiên nhẫn trong tự nhiên, sâu thẳm và không thể ngăn cản.
**Un ragno resta immobile nella sua tela per innumerevoli ore.**
Một con nhện nằm bất động trong mạng của nó hàng giờ liền.
**Un serpente si avvolge su se stesso senza contrarsi e aspetta il momento giusto.**
Con rắn cuộn mình mà không hề co giật, và chờ đợi đến thời điểm thích hợp.
**Una pantera è in agguato, finché non arriva il momento.**
Một con báo nằm phục kích cho đến khi thời khắc quyết định đến.
**Questa è la pazienza dei predatori che cacciano per sopravvivere.**
Đây là sự kiên nhẫn của những loài săn mồi để sinh tồn.
**La stessa pazienza ardeva dentro Buck mentre gli restava accanto.**
Sự kiên nhẫn đó vẫn cháy trong Buck khi anh ở gần đó.
**Rimase vicino alla mandria, rallentandone la marcia e incutendo timore.**

Anh ta ở gần đàn gia súc, làm chậm bước di chuyển của chúng và khuấy động nỗi sợ hãi.
**Provocava i giovani tori e molestava le mucche madri.**
Anh ta trêu chọc những chú bò đực non và quấy rối những chú bò mẹ.
**Spinse il toro ferito in una rabbia ancora più profonda e impotente.**
Anh ta khiến con bò bị thương trở nên giận dữ và bất lực hơn.
**Per mezza giornata il combattimento si trascinò senza alcuna tregua.**
Cuộc chiến kéo dài suốt nửa ngày mà không hề có sự nghỉ ngơi.
**Buck attaccò da ogni angolazione, veloce e feroce come il vento.**
Buck tấn công từ mọi hướng, nhanh và dữ dội như gió.
**Impedì al toro di riposare o di nascondersi con la mandria.**
Ông không cho con bò đực nghỉ ngơi hoặc trốn cùng với đàn của nó.
**Buck logorò la volontà dell'alce più velocemente del suo corpo.**
Buck làm suy yếu ý chí của con nai sừng tấm nhanh hơn cơ thể của nó.
**Il giorno passò e il sole tramontò basso nel cielo a nord-ovest.**
Ngày trôi qua và mặt trời lặn dần ở bầu trời phía tây bắc.
**I giovani tori tornarono più lentamente per aiutare il loro capo.**
Những con bò đực trẻ quay trở lại chậm hơn để giúp đỡ con đầu đàn của chúng.
**Erano tornate le notti autunnali e il buio durava ormai sei ore.**
Đêm mùa thu đã trở lại và bóng tối kéo dài sáu giờ đồng hồ.
**L'inverno li spingeva verso valli più sicure e calde.**
Mùa đông đang đẩy họ xuống những thung lũng an toàn và ấm áp hơn.
**Ma non riuscirono comunque a sfuggire al cacciatore che li tratteneva.**

Nhưng họ vẫn không thể thoát khỏi tay thợ săn đang giữ họ lại.

**Era in gioco solo una vita: non quella del branco, ma quella del loro capo.**

Chỉ có một mạng sống đang bị đe dọa—không phải của cả bầy, mà chỉ của thủ lĩnh.

**Ciò rendeva la minaccia lontana e non una loro preoccupazione urgente.**

Điều đó khiến mối đe dọa trở nên xa vời và không còn là mối quan tâm cấp bách của họ.

**Col tempo accettarono questo prezzo e lasciarono che Buck prendesse il vecchio toro.**

Sau một thời gian, họ chấp nhận chi phí này và để Buck dắt con bò đực già.

**Mentre calava il crepuscolo, il vecchio toro rimase in piedi con la testa bassa.**

Khi hoàng hôn buông xuống, con bò già đứng cúi đầu.

**Guardò la mandria che aveva guidato svanire nella luce morente.**

Anh ta nhìn đàn gia súc mà anh ta dẫn dắt biến mất vào trong ánh sáng đang mờ dần.

**C'erano mucche che aveva conosciuto, vitelli che un tempo aveva generato.**

Có những con bò mà anh từng biết, những chú bê mà anh đã từng làm cha.

**C'erano tori più giovani con cui aveva combattuto e che aveva dominato nelle stagioni passate.**

Có những con bò đực trẻ hơn mà anh đã từng chiến đấu và thống trị trong những mùa giải trước.

**Non poteva seguirli, perché davanti a lui era di nuovo accovacciato Buck.**

Anh không thể đuổi theo họ được nữa vì Buck lại khom người trước mặt anh.

**Il terrore spietato e zannuto gli bloccava ogni via che potesse percorrere.**

Nỗi kinh hoàng tàn nhẫn với nanh vuốt sắc nhọn đã chặn mọi con đường mà anh ta có thể đi qua.

**Il toro pesava più di trecento chili di potenza densa.**
Con bò đực nặng hơn ba trăm pound sức mạnh dày đặc.
**Aveva vissuto a lungo e lottato duramente in un mondo di difficoltà.**
Ông đã sống lâu và chiến đấu hết mình trong một thế giới đầy đấu tranh.
**Eppure, alla fine, la morte gli venne commessa da una bestia molto più bassa di lui.**
Nhưng giờ đây, cuối cùng, cái chết đã đến từ một con quái vật thấp kém hơn anh rất nhiều.
**La testa di Buck non arrivò nemmeno alle enormi ginocchia noccate del toro.**
Đầu của Buck thậm chí còn không cao tới đầu gối to lớn của con bò.
**Da quel momento in poi, Buck rimase con il toro notte e giorno.**
Từ lúc đó, Buck ở lại với con bò ngày đêm.
**Non gli dava mai tregua, non gli permetteva mai di brucare o bere.**
Ông ta không bao giờ cho nó nghỉ ngơi, không bao giờ cho nó ăn cỏ hay uống nước.
**Il toro cercò di mangiare giovani germogli di betulla e foglie di salice.**
Con bò đực cố gắng ăn những chồi non của cây bạch dương và lá liễu.
**Ma Buck lo scacciò, sempre all'erta e sempre all'attacco.**
Nhưng Buck đã đuổi nó đi, luôn cảnh giác và luôn tấn công.
**Anche nei torrenti che scorrevano, Buck bloccava ogni assetato tentativo.**
Ngay cả ở những dòng suối nhỏ giọt, Buck cũng chặn đứng mọi nỗ lực khát nước của nó.
**A volte, in preda alla disperazione, il toro fuggiva a tutta velocità.**
Đôi khi, trong cơn tuyệt vọng, con bò đực bỏ chạy hết tốc lực.
**Buck lo lasciò correre, avanzando tranquillamente dietro di lui, senza mai allontanarsi troppo.**

Buck để mặc anh ta chạy, bình tĩnh chạy theo sau, không bao giờ đi quá xa.

**Quando l'alce si fermò, Buck si sdraiò, ma rimase pronto.**
Khi con nai sừng tấm dừng lại, Buck nằm xuống nhưng vẫn trong tư thế sẵn sàng.

**Se il toro provava a mangiare o a bere, Buck colpiva con tutta la sua furia.**
Nếu con bò đực cố ăn hoặc uống, Buck sẽ ra đòn rất dữ dội.

**La grande testa del toro si abbassava sotto le enormi corna.**
Cái đầu to lớn của con bò đực cụp xuống dưới cặp gạc khổng lồ.

**Il suo passo rallentò, il trotto divenne pesante, un'andatura barcollante.**
Bước chân của anh chậm lại, bước chạy trở nên nặng nề; bước đi loạng choạng.

**Spesso restava immobile con le orecchie abbassate e il naso rivolto verso il terreno.**
Anh ta thường đứng yên với đôi tai cụp xuống và mũi hướng xuống đất.

**In quei momenti Buck si prese del tempo per bere e riposare.**
Trong những lúc đó, Buck dành thời gian để uống rượu và nghỉ ngơi.

**Con la lingua fuori e gli occhi fissi, Buck sentì che la terra stava cambiando.**
Lưỡi thè ra, mắt nhìn chằm chằm, Buck cảm nhận được vùng đất đang thay đổi.

**Sentì qualcosa di nuovo muoversi nella foresta e nel cielo.**
Anh cảm thấy có điều gì đó mới mẻ di chuyển qua khu rừng và bầu trời.

**Con il ritorno delle alci tornarono anche altre creature selvatiche.**
Khi loài nai sừng tấm quay trở lại, các loài động vật hoang dã khác cũng quay trở lại.

**La terra sembrava viva di una presenza invisibile ma fortemente nota.**
Mảnh đất này có vẻ sống động, hiện hữu một cách vô hình nhưng lại vô cùng quen thuộc.

**Buck non lo sapeva tramite l'udito, la vista o l'olfatto.**
Buck biết điều này không phải bằng âm thanh, hình ảnh hay mùi hương.
**Un sentimento più profondo gli diceva che nuove forze erano in movimento.**
Một cảm giác sâu sắc hơn mách bảo ông rằng những thế lực mới đang di chuyển.
**Una strana vita si agitava nei boschi e lungo i corsi d'acqua.**
Sự sống kỳ lạ xuất hiện khắp khu rừng và dọc theo các dòng suối.
**Decise di esplorare questo spirito una volta completata la caccia.**
Anh quyết định sẽ khám phá linh hồn này sau khi cuộc săn lùng kết thúc.
**Il quarto giorno, Buck riuscì finalmente a catturare l'alce.**
Đến ngày thứ tư, cuối cùng Buck cũng bắt được con nai sừng tấm.
**Rimase nei pressi della preda per un giorno e una notte interi, nutrendosi e riposandosi.**
Anh ấy ở lại bên xác con mồi cả ngày lẫn đêm, để kiếm ăn và nghỉ ngơi.
**Mangiò, poi dormì, poi mangiò ancora, finché non fu forte e sazio.**
Ông ăn, rồi ngủ, rồi lại ăn, cho đến khi khỏe mạnh và no bụng.
**Quando fu pronto, tornò indietro verso l'accampamento e Thornton.**
Khi đã sẵn sàng, anh quay trở lại trại và Thornton.
**Con passo costante iniziò il lungo viaggio di ritorno verso casa.**
Với bước chân đều đặn, anh bắt đầu cuộc hành trình dài trở về nhà.
**Correva con la sua andatura instancabile, ora dopo ora, senza mai smarrirsi.**
Anh ta chạy không biết mệt mỏi, giờ này qua giờ khác, không bao giờ chệch hướng.
**Attraverso terre sconosciute, si muoveva dritto come l'ago di una bussola.**

Qua những vùng đất xa lạ, anh di chuyển thẳng như kim la bàn.

**Il suo senso dell'orientamento faceva sembrare deboli, al confronto, l'uomo e la mappa.**

Cảm giác định hướng của ông khiến con người và bản đồ trở nên yếu đuối khi so sánh.

**Mentre Buck correva, sentiva sempre più forte l'agitazione nella terra selvaggia.**

Khi Buck chạy, nó cảm nhận rõ hơn sự xáo động trong vùng đất hoang dã.

**Era un nuovo tipo di vita, diverso da quello dei tranquilli mesi estivi.**

Đó là một cuộc sống mới, không giống như những tháng hè yên bình.

**Questa sensazione non giungeva più come un messaggio sottile o distante.**

Cảm giác này không còn là một thông điệp tinh tế hay xa vời nữa.

**Ora gli uccelli parlavano di questa vita e gli scoiattoli chiacchieravano.**

Bây giờ các loài chim nói về cuộc sống này, và các loài sóc thì ríu rít về nó.

**Persino la brezza sussurrava avvertimenti tra gli alberi silenziosi.**

Ngay cả làn gió cũng thì thầm cảnh báo qua những tán cây im lặng.

**Più volte si fermò ad annusare l'aria fresca del mattino.**

Nhiều lần anh dừng lại và hít thở không khí trong lành buổi sáng.

**Lì lesse un messaggio che lo fece fare un balzo in avanti più velocemente.**

Anh ấy đọc một tin nhắn ở đó khiến anh ấy nhảy về phía trước nhanh hơn.

**Fu pervaso da un forte senso di pericolo, come se qualcosa fosse andato storto.**

Một cảm giác nguy hiểm dâng trào trong anh, như thế có chuyện gì đó không ổn.

**Temeva che la calamità stesse per arrivare, o che fosse già arrivata.**
Ông lo sợ tai họa sắp xảy ra—hoặc đã xảy ra rồi.
**Superò l'ultima cresta ed entrò nella valle sottostante.**
Anh ta vượt qua dãy núi cuối cùng và đi vào thung lũng bên dưới.
**Si muoveva più lentamente, attento e cauto a ogni passo.**
Anh ta di chuyển chậm hơn, cảnh giác và thận trọng với từng bước đi.
**Dopo tre miglia trovò una pista fresca che lo fece irrigidire.**
Đi được ba dặm, anh phát hiện ra một dấu vết mới khiến anh cứng người.
**I peli sul collo si rizzarono e si rizzarono in segno di allarme.**
Những sợi tóc dọc theo cổ anh dựng đứng và dựng ngược lên vì lo lắng.
**Il sentiero portava dritto all'accampamento dove Thornton aspettava.**
Con đường mòn dẫn thẳng đến trại nơi Thornton đang đợi.
**Buck ora si muoveva più velocemente, con passi silenziosi e rapidi.**
Buck lúc này di chuyển nhanh hơn, sải chân của anh vừa nhẹ nhàng vừa nhanh nhẹn.
**I suoi nervi si irrigidirono mentre leggeva segnali che altri non avrebbero notato.**
Anh căng thẳng khi đọc những dấu hiệu mà người khác sẽ bỏ lỡ.
**Ogni dettaglio del percorso raccontava una storia, tranne l'ultimo pezzo.**
Mỗi chi tiết trong hành trình đều kể một câu chuyện, ngoại trừ chi tiết cuối cùng.
**Il suo naso gli raccontò della vita che aveva trascorso lì.**
Chiếc mũi của ông cho ông biết về cuộc sống đã trôi qua theo cách này.
**L'odore gli fornì un'immagine mutevole mentre lo seguiva da vicino.**
Mùi hương đó giúp anh thay đổi hình ảnh khi anh bám sát phía sau.

**Ma la foresta stessa era diventata silenziosa, innaturalmente immobile.**
Nhưng khu rừng lại trở nên yên tĩnh; tĩnh lặng một cách bất thường.
**Gli uccelli erano scomparsi, gli scoiattoli erano nascosti, silenziosi e immobili.**
Những chú chim đã biến mất, những chú sóc ẩn mình, im lặng và bất động.
**Vide solo uno scoiattolo grigio, sdraiato su un albero morto.**
Anh ta chỉ nhìn thấy một con sóc xám nằm dài trên một cái cây chết.
**Lo scoiattolo si mimetizzava, rigido e immobile come una parte della foresta.**
Con sóc hòa nhập vào trong, cứng đờ và bất động như một phần của khu rừng.
**Buck si muoveva come un'ombra, silenzioso e sicuro tra gli alberi.**
Buck di chuyển như một cái bóng, im lặng và chắc chắn giữa những hàng cây.
**Il suo naso si mosse di lato come se fosse stato tirato da una mano invisibile.**
Mũi anh ta giật sang một bên như thể bị một bàn tay vô hình kéo đi.
**Si voltò e seguì il nuovo odore nel profondo di un boschetto.**
Anh quay lại và đi theo mùi hương mới vào sâu trong bụi cây.
**Lì trovò Nig, steso morto, trafitto da una freccia.**
Ở đó, anh ta tìm thấy Nig nằm chết, bị một mũi tên đâm xuyên qua.
**La freccia gli attraversò il corpo, lasciando ancora visibili le piume.**
Mũi tên xuyên qua cơ thể anh ta, lông vũ vẫn còn lộ ra.
**Nig si era trascinato fin lì, ma era morto prima di riuscire a raggiungere i soccorsi.**
Nig đã tự mình lê bước đến đó, nhưng đã chết trước khi đến được nơi giúp đỡ.
**Cento metri più avanti, Buck trovò un altro cane da slitta.**

Đi xa hơn một trăm thước, Buck lại tìm thấy một con chó kéo xe trượt tuyết khác.

**Era un cane che Thornton aveva comprato a Dawson City.**
Đó là con chó mà Thornton đã mua ở Dawson City.

**Il cane lottava con tutte le sue forze, dimenandosi violentemente sul sentiero.**
Con chó đang vật lộn dữ dội, giãy giụa trên đường mòn.

**Buck gli passò accanto senza fermarsi, con gli occhi fissi davanti a sé.**
Buck đi vòng qua anh ta, không dừng lại, mắt vẫn nhìn thẳng về phía trước.

**Dalla direzione dell'accampamento proveniva un canto lontano e ritmico.**
Từ phía trại vọng đến tiếng hô vang đều đều, xa xa.

**Le voci si alzavano e si abbassavano con un tono strano, inquietante, cantilenante.**
Những giọng nói vang lên rồi lại hạ xuống theo một giai điệu kỳ lạ, rùng rợn, như đang hát.

**Buck strisciò in silenzio fino al limite della radura.**
Buck lặng lẽ bò về phía rìa bãi đất trống.

**Lì vide Hans disteso a faccia in giù, trafitto da numerose frecce.**
Ở đó, chàng nhìn thấy Hans nằm sấp, trên người có rất nhiều mũi tên.

**Il suo corpo sembrava quello di un porcospino, irto di penne.**
Cơ thể của ông trông giống như một con nhím, có lông vũ mọc khắp người.

**Nello stesso momento, Buck guardò verso la capanna in rovina.**
Cùng lúc đó, Buck nhìn về phía ngôi nhà gỗ đổ nát.

**Quella vista gli fece rizzare i capelli sul collo e sulle spalle.**
Cảnh tượng đó khiến tóc gáy và vai anh dựng đứng.

**Un'ondata di rabbia selvaggia travolse tutto il corpo di Buck.**
Một cơn bão giận dữ dữ dội tràn ngập khắp cơ thể Buck.

**Ringhiò forte, anche se non ne era consapevole.**
Anh ta gầm gừ lớn tiếng mặc dù anh ta không biết điều đó.

**Il suono era crudo, pieno di una furia terrificante e selvaggia.**

Âm thanh thô ráp, chứa đầy sự giận dữ đáng sợ và man rợ.

**Per l'ultima volta nella sua vita, Buck perse la ragione a causa delle emozioni.**

Lần cuối cùng trong đời, Buck mất đi lý trí vì cảm xúc.

**Fu l'amore per John Thornton a spezzare il suo attento controllo.**

Chính tình yêu dành cho John Thornton đã phá vỡ sự kiểm soát cẩn thận của ông.

**Gli Yeehats ballavano attorno alla baita in legno di abete rosso distrutta.**

Những người Yeehats đang nhảy múa quanh ngôi nhà gỗ vân sam bị phá hủy.

**Poi si udì un ruggito e una bestia sconosciuta si lanciò verso di loro.**

Rồi tiếng gầm vang lên—và một con thú lạ lao về phía họ.

**Era Buck: una furia in movimento, una tempesta vivente di vendetta.**

Đó là Buck; một cơn thịnh nộ đang chuyển động; một cơn bão báo thù sống động.

**Si gettò in mezzo a loro, folle di voglia di uccidere.**

Anh ta lao vào giữa bọn họ, điên cuồng vì ham muốn giết chóc.

**Si lanciò contro il primo uomo, il capo Yeehat, e colpì nel segno.**

Anh ta nhảy vào người đàn ông đầu tiên, tù trưởng Yeehat, và đánh trúng.

**La sua gola era squarciata e il sangue schizzava a fiotti.**

Cổ họng anh ta bị rách toạc và máu phun ra thành dòng.

**Buck non si fermò, ma con un balzo squarciò la gola dell'uomo successivo.**

Buck không dừng lại mà chỉ nhảy một cái là xé toạc cổ họng của tên tiếp theo.

**Era inarrestabile: squarciava, tagliava, non si fermava mai a riposare.**

Anh ta không thể ngăn cản được - liên tục xé, chém, không bao giờ dừng lại để nghỉ ngơi.

**Si lanciò e balzò così velocemente che le loro frecce non riuscirono a toccarlo.**

Anh ta lao đi và nhảy nhanh đến nỗi những mũi tên của họ không thể chạm tới anh ta.

**Gli Yeehats erano in preda al panico e alla confusione.**

Người Yeehats cũng rơi vào tình trạng hoảng loạn và bối rối.

**Le loro frecce non colpirono Buck e si colpirono tra loro.**

Mũi tên của họ không trúng Buck mà lại trúng vào nhau.

**Un giovane scagliò una lancia contro Buck e colpì un altro uomo.**

Một thanh niên ném giáo vào Buck và trúng một người đàn ông khác.

**La lancia gli trapassò il petto e la punta gli trafisse la schiena.**

Ngọn giáo đâm xuyên qua ngực anh ta, mũi giáo đâm vào lưng anh ta.

**Il terrore travolse gli Yeehats, che si diedero alla ritirata.**

Nỗi kinh hoàng tràn ngập người Yeehats và họ tháo chạy hết tốc lực.

**Urlarono allo Spirito Maligno e fuggirono nelle ombre della foresta.**

Họ hét lên về Linh hồn Ác quỷ và chạy trốn vào bóng tối của khu rừng.

**Buck era davvero come un demone mentre inseguiva gli Yeehats.**

Buck thực sự giống như một con quỷ khi đuổi theo bọn Yeehats.

**Li inseguì attraverso la foresta, abbattendoli come cervi.**

Anh ta chạy đuổi theo họ qua khu rừng, hạ gục họ như hạ gục một con nai.

**Divenne un giorno di destino e terrore per gli spaventati Yeehats.**

Đó trở thành ngày định mệnh và kinh hoàng đối với những người Yeehats sợ hãi.

**Si dispersero sul territorio, fuggendo in ogni direzione.**

Họ tản ra khắp đất nước, chạy trốn theo mọi hướng.
**Passò un'intera settimana prima che gli ultimi sopravvissuti si incontrassero in una valle.**
Phải mất cả tuần lễ, những người sống sót cuối cùng mới gặp nhau trong một thung lũng.
**Solo allora contarono le perdite e raccontarono quanto accaduto.**
Chỉ khi đó họ mới đếm lại những mất mát và kể lại những gì đã xảy ra.
**Buck, stanco dell'inseguimento, ritornò all'accampamento in rovina.**
Buck, sau khi mệt mỏi vì cuộc rượt đuổi, đã quay trở lại trại trại bị phá hủy.
**Trovò Pete, ancora avvolto nelle coperte, ucciso nel primo attacco.**
Anh ta tìm thấy Pete, vẫn còn quấn trong chăn, đã tử vong trong lần tấn công đầu tiên.
**I segni dell'ultima lotta di Thornton erano visibili nella terra lì vicino.**
Dấu hiệu của cuộc đấu tranh cuối cùng của Thorntơn vẫn còn in trên đất gần đó.
**Buck seguì ogni traccia, annusando ogni segno fino al punto finale.**
Buck lần theo từng dấu vết, đánh hơi từng dấu vết cho đến điểm cuối cùng.
**Sul bordo di una profonda pozza trovò il fedele Skeet, immobile.**
Bên mép một vực sâu, anh tìm thấy chú Skeet trung thành đang nằm bất động.
**La testa e le zampe anteriori di Skeet erano nell'acqua, immobili nella morte.**
Đầu và chân trước của Skeet nằm trọng nước, bất động vì đã chết.
**La piscina era fangosa e contaminata dai liquidi di scarico delle chiuse.**
Hồ bơi lầy lội và bị ô nhiễm bởi nước chảy ra từ các máng xả.

**La sua superficie torbida nascondeva ciò che si trovava sotto, ma Buck conosceva la verità.**
Bề mặt mây mù che giấu những gì bên dưới, nhưng Buck biết sự thật.
**Seguì l'odore di Thornton nella piscina, ma non lo portò da nessun'altra parte.**
Anh ta lần theo mùi hương của Thornton vào trong hồ nước — nhưng mùi hương đó chẳng dẫn đến đâu khác.
**Non c'era alcun odore che provenisse, solo il silenzio dell'acqua profonda.**
Không có mùi hương nào dẫn ra ngoài mà chỉ có sự im lặng của vùng nước sâu.
**Buck rimase tutto il giorno vicino alla piscina, camminando avanti e indietro per l'accampamento, addolorato.**
Cả ngày Buck ở gần hồ bơi, đi đi lại lại trong trại trong đau buồn.
**Vagava irrequieto o sedeva immobile, immerso nei suoi pensieri.**
Ông ta đi lang thang không ngừng nghỉ hoặc ngồi im lặng, chìm đắm trong suy nghĩ nặng nề.
**Conosceva la morte, la fine della vita, la scomparsa di ogni movimento.**
Ông biết đến cái chết; sự kết thúc của cuộc sống; sự biến mất của mọi chuyển động.
**Capì che John Thornton se n'era andato e non sarebbe mai più tornato.**
Ông hiểu rằng John Thornton đã ra đi và không bao giờ quay trở lại.
**La perdita lasciò in lui un vuoto che pulsava come la fame.**
Sự mất mát đã để lại trong anh một khoảng trống nhói lên như cơn đói.
**Ma questa era una fame che il cibo non riusciva a placare, non importava quanto ne mangiasse.**
Nhưng cơn đói này không thể nào vơi đi dù anh có ăn bao nhiêu đi nữa.
**A volte, mentre guardava i cadaveri di Yeehats, il dolore si attenuava.**

Đôi khi, khi nhìn vào những người Yeehats đã chết, nỗi đau bỗng tan biến.

**E poi dentro di lui nacque uno strano orgoglio, feroce e totale.**

Và rồi một niềm kiêu hãnh kỳ lạ dâng trào trong anh, dữ dội và trọn vẹn.

**Aveva ucciso l'uomo, la preda più alta e pericolosa di tutte.**

Anh ta đã giết chết con người, loài thú dữ cao cấp và nguy hiểm nhất.

**Aveva ucciso in violazione dell'antica legge del bastone e della zanna.**

Ông ta đã giết người bất chấp luật lệ cổ xưa là dùng dùi cui và nanh vuốt.

**Buck annusò i loro corpi senza vita, curioso e pensieroso.**

Buck ngửi những xác chết đó, tò mò và suy nghĩ.

**Erano morti così facilmente, molto più facilmente di un husky in combattimento.**

Chúng chết quá dễ dàng—dễ hơn nhiều so với một con chó husky trong một cuộc chiến.

**Senza le armi non avrebbero avuto vera forza né avrebbero rappresentato una minaccia.**

Không có vũ khí, họ không có sức mạnh hay mối đe dọa thực sự.

**Buck non avrebbe più avuto paura di loro, a meno che non fossero stati armati.**

Buck sẽ không bao giờ sợ chúng nữa, trừ khi chúng có vũ khí.

**Stava attento solo quando portavano clave, lance o frecce.**

Chỉ khi họ mang theo dùi cui, giáo mác hoặc mũi tên thì anh mới cảnh giác.


**Calò la notte e la luna piena spuntò alta sopra le cime degli alberi.**

Đêm xuống và trăng tròn nhô cao trên ngọn cây.

**La pallida luce della luna avvolgeva la terra in un tenue e spettrale chiarore, come se fosse giorno.**

Ánh trăng nhợt nhạt phủ lên mặt đất một thứ ánh sáng nhẹ nhàng, ma quái như ban ngày.

**Mentre la notte avanzava, Buck continuava a piangere presso la pozza silenziosa.**
Khi đêm xuống, Buck vẫn than khóc bên hồ nước tĩnh lặng.
**Poi si accorse di un diverso movimento nella foresta.**
Sau đó, anh nhận thấy có sự chuyển động khác thường trong khu rừng.
**L'agitazione non proveniva dagli Yeehats, ma da qualcosa di più antico e profondo.**
Sự khuấy động này không phải đến từ người Yeehats, mà từ một thứ gì đó cũ kỹ và sâu sắc hơn.
**Si alzò in piedi, drizzò le orecchie e tastò con attenzione la brezza con il naso.**
Anh đứng dậy, tai dựng lên, mũi cẩn thận hít thở làn gió.
**Da lontano giunse un debole e acuto grido che squarciò il silenzio.**
Từ xa vọng đến một tiếng thét yếu ớt, sắc nhọn xé toạc sự im lặng.
**Poi un coro di grida simili seguì subito dopo il primo.**
Sau đó, một điệp khúc những tiếng kêu tương tự vang lên ngay sau tiếng kêu đầu tiên.
**Il suono si avvicinava sempre di più, diventando sempre più forte con il passare dei minuti.**
Âm thanh đó ngày một gần hơn và to hơn theo từng khoảnh khắc trôi qua.
**Buck conosceva quel grido: proveniva da quell'altro mondo nella sua memoria.**
Buck biết tiếng kêu này—nó đến từ thế giới khác trong ký ức của anh.
**Si recò al centro dello spazio aperto e ascoltò attentamente.**
Anh ta bước tới giữa khoảng đất trống và lắng nghe thật kỹ.
**L'appello risuonò più forte che mai, più sentito e più potente che mai.**
Tiếng gọi vang lên, nhiều nốt nhạc và mạnh mẽ hơn bao giờ hết.
**E ora, più che mai, Buck era pronto a rispondere alla sua chiamata.**

Và giờ đây, hơn bao giờ hết, Buck đã sẵn sàng đáp lại tiếng gọi của mình.

**John Thornton era morto e in lui non era rimasto alcun legame con l'uomo.**

John Thornton đã chết, và không còn mối liên hệ nào với con người còn sót lại trong ông.

**L'uomo e tutte le pretese umane erano svaniti: era finalmente libero.**

Con người và mọi đòi hỏi của con người đã không còn nữa—cuối cùng anh đã được tự do.

**Il branco di lupi era a caccia di carne, proprio come un tempo avevano fatto gli Yeehats.**

Bầy sói đang săn đuổi thịt giống như người Yeehats đã từng làm.

**Avevano seguito le alci mentre scendevano dalle terre boscose.**

Họ đã theo dấu đàn nai sừng tấm từ vùng đất có nhiều cây gỗ xuống.

**Ora, selvaggi e affamati di prede, attraversarono la sua valle.**

Bây giờ, hoang dã và đói mồi, chúng băng qua thung lũng của ông.

**Giunsero nella radura illuminata dalla luna, scorrendo come acqua argentata.**

Họ tiến vào khoảng đất trống dưới ánh trăng, trôi như dòng nước bạc.

**Buck rimase immobile al centro, in attesa.**

Buck đứng yên ở giữa, bất động và chờ đợi họ.

**La sua presenza calma e imponente lasciò il branco senza parole, tanto da farlo restare per un breve periodo in silenzio.**

Sự hiện diện to lớn và bình tĩnh của anh khiến cả bầy phải im lặng trong chốc lát.

**Allora il lupo più audace gli saltò addosso senza esitazione.**

Sau đó, con sói táo bạo nhất không chút do dự nhảy thẳng về phía anh ta.

**Buck colpì rapidamente e spezzò il collo del lupo con un solo colpo.**

Buck ra đòn rất nhanh và bẻ gãy cổ con sói chỉ bằng một đòn.

**Rimase di nuovo immobile mentre il lupo morente si contorceva dietro di lui.**

Anh ta lại đứng bất động khi con sói hấp hối quằn mình phía sau anh ta.

**Altri tre lupi attaccarono rapidamente, uno dopo l'altro.**

Ba con sói khác tấn công nhanh chóng, con này nối tiếp con kia.

**Ognuno di loro si ritrasse sanguinante, con la gola o le spalle tagliate.**

Mỗi người đều rút lui trong tình trạng chảy máu, cổ họng hoặc vai bị cắt.

**Ciò fu sufficiente a scatenare una carica selvaggia da parte dell'intero branco.**

Chỉ riêng điều đó đã đủ để kích hoạt cả bầy lao vào tấn công dữ dội.

**Si precipitarono tutti insieme, troppo impazienti e troppo ammassati per colpire bene.**

Họ cùng nhau lao vào, quá háo hức và đông đúc để có thể tấn công tốt.

**La velocità e l'abilità di Buck gli permisero di anticipare l'attacco.**

Tốc độ và kỹ năng của Buck giúp anh luôn đi trước đối phương.

**Girò sulle zampe posteriori, schioccando i denti e colpendo in tutte le direzioni.**

Anh ta xoay người trên hai chân sau, cắn và tấn công theo mọi hướng.

**Ai lupi sembrò che la sua difesa non si fosse mai aperta o avesse vacillato.**

Với lũ sói, có vẻ như hàng phòng ngự của hắn chưa bao giờ bị hở hay yếu đi.

**Si voltò e colpì così velocemente che non riuscirono a raggiungerlo alle spalle.**

Anh ta quay lại và chém nhanh đến nỗi họ không thể đứng ra sau anh ta được.

**Ciononostante, il loro numero lo costrinse a cedere terreno e a ritirarsi.**
Tuy nhiên, số lượng của họ đã buộc ông phải nhượng bộ và rút lui.
**Superò la piscina e scese nel letto roccioso del torrente.**
Anh ta di chuyển qua hồ bơi và xuống lòng suối đầy đá.
**Lì si imbatté in un ripido pendio di ghiaia e terra.**
Ở đó, anh ta nhìn thấy một bờ dốc toàn sỏi và đất.
**Si è infilato in un angolo scavato durante i vecchi scavi dei minatori.**
Anh ta lách vào một góc bị cắt trong quá trình đào bới của những người thợ mỏ.
**Ora, protetto su tre lati, Buck si trovava di fronte solo al lupo frontale.**
Bây giờ, được bảo vệ ở ba phía, Buck chỉ phải đối mặt với con sói phía trước.
**Lì rimase in attesa, pronto per la successiva ondata di assalto.**
Ở đó, anh ta đứng ở vị trí an toàn, sẵn sàng cho đợt tấn công tiếp theo.
**Buck mantenne la posizione con tanta ferocia che i lupi indietreggiarono.**
Buck giữ vững lập trường của mình một cách quyết liệt đến nỗi bầy sói phải lùi lại.
**Dopo mezz'ora erano sfiniti e visibilmente sconfitti.**
Sau nửa giờ, họ đã kiệt sức và thất bại rõ ràng.
**Le loro lingue pendevano fuori e le loro zanne bianche brillavano alla luce della luna.**
Lưỡi của chúng thè ra, răng nanh trắng sáng lấp lánh dưới ánh trăng.
**Alcuni lupi si sdraiano, con la testa alzata e le orecchie dritte verso Buck.**
Một số con sói nằm xuống, đầu ngẩng lên, tai dựng lên hướng về phía Buck.
**Altri rimasero immobili, attenti e osservarono ogni suo movimento.**

Những người khác đứng yên, cảnh giác và theo dõi mọi hành động của anh ta.

**Qualcuno si avvicinò alla piscina e bevve l'acqua fredda.**
Một số người đi dạo đến hồ bơi và uống nước lạnh.

**Poi un lupo grigio, lungo e magro, si fece avanti furtivamente, con passo gentile.**
Sau đó, một con sói xám dài và gầy từ từ tiến về phía trước.

**Buck lo riconobbe: era il fratello selvaggio di prima.**
Buck nhận ra anh ta—chính là người anh em hoang dã lúc trước.

**Il lupo grigio uggiolò dolcemente e Buck rispose con un guaito.**
Con sói xám rên rỉ khe khẽ và Buck cũng đáp lại bằng tiếng rên rỉ.

**Si toccarono il naso, silenziosamente, senza timore o minaccia.**
Họ chạm mũi nhau, một cách lặng lẽ và không hề có sự đe dọa hay sợ hãi.

**Poi venne un lupo più anziano, scarno e segnato dalle numerose battaglie.**
Tiếp theo là một con sói già, gầy gò và đầy sẹo vì nhiều trận chiến.

**Buck cominciò a ringhiare, ma si fermò e annusò il naso del vecchio lupo.**
Buck bắt đầu gầm gừ, nhưng rồi dừng lại và hít mũi con sói già.

**Il vecchio si sedette, alzò il naso e ululò alla luna.**
Con chim già ngồi xuống, hếch mũi lên và hú lên với mặt trăng.

**Il resto del branco si sedette e si unì al lungo ululato.**
Những con còn lại trong đàn ngồi xuống và cùng hú lên một tiếng dài.

**E ora la chiamata giunse a Buck, inequivocabile e forte.**
Và giờ đây tiếng gọi ấy đã vang đến Buck, rõ ràng và mạnh mẽ.

**Si sedette, alzò la testa e ululò insieme agli altri.**

Anh ta ngồi xuống, ngẩng đầu lên và hú cùng với những người khác.

**Quando l'ululato cessò, Buck uscì dal suo riparo roccioso.**
Khi tiếng hú kết thúc, Buck bước ra khỏi nơi trú ẩn bằng đá của mình.

**Il branco si strinse attorno a lui, annusando con gentilezza e cautela.**
Bầy sói vây quanh anh ta, đánh hơi anh ta một cách vừa thân thiện vừa cảnh giác.

**Allora i capi lanciarono un grido e si precipitarono nella foresta.**
Sau đó, những người dẫn đầu hú lên và chạy nhanh vào rừng.

**Gli altri lupi li seguirono, guaendo in coro, selvaggi e veloci nella notte.**
Những con sói khác cũng chạy theo, đồng thanh tru lên, dữ dội và nhanh nhẹn trong đêm.

**Buck corse con loro, accanto al suo selvaggio fratello, ululando mentre correva.**
Buck chạy cùng họ, bên cạnh người anh em hoang dã của mình, vừa chạy vừa hú hét.

**Qui la storia di Buck giunge al termine.**
Ở đây, câu chuyện về Buck đã đi đến hồi kết.

**Negli anni a seguire, gli Yeehats notarono degli strani lupi.**
Trong những năm tiếp theo, gia đình Yeehats nhận thấy những con sói lạ.

**Alcuni avevano la testa e il muso marroni e il petto bianco.**
Một số con có màu nâu trên đầu và mõm, màu trắng trên ngực.

**Ma ancora di più temevano la presenza di una figura spettrale tra i lupi.**
Nhưng thậm chí họ còn sợ một bóng ma giữa bầy sói.

**Parlavano a bassa voce del Cane Fantasma, il capo del branco.**
Họ thì thầm nói về Chó Ma, thủ lĩnh của bầy.

**Questo cane fantasma era più astuto del più audace cacciatore di Yeehat.**

Con Chó Ma này còn xảo quyệt hơn cả thợ săn Yeehat táo bạo nhất.

**Il cane fantasma rubava dagli accampamenti nel cuore dell'inverno e faceva a pezzi le loro trappole.**

Con chó ma đã lấy trộm đồ từ các trại vào mùa đông khắc nghiệt và xé tan bẫy của họ.

**Il cane fantasma uccise i loro cani e sfuggì alle loro frecce senza lasciare traccia.**

Con chó ma đã giết chết đàn chó của họ và thoát khỏi mũi tên mà không để lại dấu vết.

**Perfino i guerrieri più coraggiosi avevano paura di affrontare questo spirito selvaggio.**

Ngay cả những chiến binh dũng cảm nhất cũng sợ phải đối mặt với tinh thần hoang dã này.

**No, la storia diventa ancora più oscura con il passare degli anni trascorsi nella natura selvaggia.**

Không, câu chuyện ngày càng trở nên đen tối hơn khi nhiều năm trôi qua trong tự nhiên.

**Alcuni cacciatori scompaiono e non fanno più ritorno ai loro accampamenti lontani.**

Một số thợ săn biến mất và không bao giờ trở về trại xa xôi của họ.

**Altri vengono trovati con la gola squarciata, uccisi nella neve.**

Những người khác được tìm thấy với cổ họng bị xé toạc và bị giết trong tuyết.

**Intorno ai loro corpi ci sono delle impronte più grandi di quelle che un lupo potrebbe mai lasciare.**

Xung quanh cơ thể chúng có những dấu vết lớn hơn bất kỳ dấu vết nào mà loài sói có thể tạo ra.

**Ogni autunno, gli Yeehats seguono le tracce dell'alce.**

Mỗi mùa thu, người Yeehats lại đi theo dấu vết của loài nai sừng tấm.

**Ma evitano una valle perché la paura è scolpita nel profondo del loro cuore.**

Nhưng họ tránh một thung lũng với nỗi sợ hãi khắc sâu vào trái tim.

**Si dice che la valle sia stata scelta dallo Spirito Maligno come sua dimora.**
Người ta nói rằng thung lũng này được Ác quỷ chọn làm nơi ở của mình.

**E quando la storia viene raccontata, alcune donne piangono accanto al fuoco.**
Và khi câu chuyện được kể lại, một số phụ nữ đã khóc bên đống lửa.

**Ma d'estate, c'è un visitatore che giunge in quella valle sacra e silenziosa.**
Nhưng vào mùa hè, có một du khách đến thung lũng linh thiêng và yên tĩnh đó.

**Gli Yeehats non lo conoscono e non potrebbero capirlo.**
Người Yeehats không biết đến ông và cũng không thể hiểu được ông.

**Il lupo è un animale grandioso, ricoperto di gloria, come nessun altro della sua specie.**
Con sói là một con sói vĩ đại, được bao phủ bởi vẻ đẹp lộng lẫy, không giống bất kỳ con sói nào cùng loài.

**Lui solo attraversa il bosco verde ed entra nella radura della foresta.**
Chỉ có một mình ông đi qua khu rừng xanh và tiến vào khoảng rừng trống.

**Lì, la polvere dorata contenuta nei sacchi di pelle d'alce si infiltra nel terreno.**
Ở đó, bụi vàng từ những chiếc túi da nai thấm vào đất.

**L'erba e le foglie vecchie hanno nascosto il giallo del sole.**
Cỏ và lá già đã che khuất màu vàng của ánh nắng mặt trời.

**Qui il lupo resta in silenzio, pensando e ricordando.**
Ở đây, con sói đứng im lặng, suy nghĩ và ghi nhớ.

**Urla una volta sola, a lungo e lugubremente, prima di girarsi e andarsene.**
Ông hú lên một lần - một tiếng hú dài và buồn thảm - trước khi quay đi.

**Ma non è sempre solo nella terra del freddo e della neve.**
Nhưng anh ấy không phải lúc nào cũng đơn độc trên vùng đất lạnh giá và tuyết rơi.

**Quando le lunghe notti invernali scendono sulle valli più basse.**
Khi những đêm đông dài buông xuống các thung lũng thấp hơn.
**Quando i lupi seguono la selvaggina attraverso il chiaro di luna e il gelo.**
Khi bầy sói đuổi theo con mồi dưới ánh trăng và sương giá.
**Poi corre in testa al gruppo, saltando in alto e in modo selvaggio.**
Sau đó, anh ta chạy dẫn đầu cả bầy, nhảy cao và mạnh mẽ.
**La sua figura svetta sulle altre, la sua gola risuona di canto.**
Dáng người của anh cao hơn hẳn những người khác, cổ họng anh rộn ràng với bài hát.
**È il canto del mondo più giovane, la voce del branco.**
Đó là bài ca của thế giới trẻ, là tiếng nói của bầy đàn.
**Canta mentre corre: forte, libero e per sempre selvaggio.**
Anh ấy vừa chạy vừa hát—mạnh mẽ, tự do và mãi mãi hoang dã.

www.ingramcontent.com/pod-product-compliance
Lightning Source LLC
Chambersburg PA
CBHW010031040426
42333CB00048B/2790